परतीचा रस्ता नाहीय

श्रीधर नांदेडकर

पॉप्युलर प्रकाशन, मुंबई

परतीचा रस्ता नाहीय
(म - १२२१)
पॉप्युलर प्रकाशन
ISBN-978-81-7185-503-2

PARATEECHAA RASTAA NAAHIY
(Marathi : Poetry)
Shridhar Nandedkar

पहिली आवृत्ती : २०१४/१९३५
पुनर्मुद्रण : २०१६/१९३७

मुखपृष्ठ : सतीश भावसार

प्रकाशक
हर्ष भटकळ
पॉप्युलर प्रकाशन प्रा. लि.
३०१, महालक्ष्मी चेंबर्स,
२२, भुलाभाई देसाई रोड
मुंबई ४०० ०२६

अक्षरजुळणी
प्रियांका आर्ट्स
मुंबई ४०० ०१३

तुम्हाला...
मी कविता लिहितो
तेव्हा
तुमच्याशीच काही बोलू पाहतो

आपुले जीवींचे सुख दुःख भावे।
सांगेन आघवे आहे तैसे।।
तुका म्हणे वीट नेघे आवडीचा।
बोललीच वाचा बोलवीन।।

– श्री संत तुकाराम महाराज

A poet seeks not recognition but understanding.

- Joseph Broadsky

(Less Than One (selected essays)
P.199/'Footnote to a poem')

अनुक्रमणिका

या संग्रहातील काही कविता याआधी काही नियतकालिकांतून व दिवाळी अंकांतून प्रसिद्ध झाल्या आहेत. त्या प्रसिद्ध करणाऱ्या संपादक – प्रकाशकांचे मनापासून आभार.

मर्ढेकरची बकरी

कसायांची वस्ती ओलांडून
लांबच लांब पायपीट केल्यावर
सापडतं
मर्ढेकरच्या बकरीला
पुन्हा पाला खाऊ घालणाऱ्या
कवीचं घर

आपल्या कोकरांसाठी
आपल्या माघारी
ही गवताची गोड पेंढी
ठेवता आली पाहिजे
म्हणून पाठ्यपुस्तकात नसलेली
एक कविता तो आपल्या मुलीला शिकवतो

अशी दिवेलागण होत नाही
असं घर उरलं नाही
अशी ओसरी असं अंगण
असं झाड नाही
जिथं बसून
मुलांच्या स्वप्नात
मुक्ताईच्या समाधीवरचं
फुलपाखरू सोडून देता येईल

ही बकरी आहे
आणि फार लांबवर चालत
मी आलोय
हे तर खरंच आहे
पण
माझ्या पाठीवरच्या पिशवीतून
आभासी दुनियेतल्या
आयत्या दृश्यात बेभान झालेली
आणि जिभा झडून गेलेली
एक पिढी दाखवणारं
दुःस्वप्न प्रवास करतंय्

नद्या ओलांडत राहीन
समुद्रकाठ आणि डोंगरदऱ्या
तुडवत राहीन
ही पायपीट मी थांबवणार नाही

उरल्या सुरल्या कावळ्यांचे
शकुन झेपावतील तुमच्यासाठी
तुमची खिडकी उघडी असू द्या
तळहातावर चोच रुतवून
उचलू द्या
दहिभाताची मूद
अनंत निळ्या आकाशाखाली
धावणाऱ्या शाळकरी पोरांच्या अंगावर
सांडू द्या कवितेचे शब्द
येणाऱ्या ऋतूत
एक फांदी डवरली पिलांसाठी
तरी
ढोलीतल्या अंधारात
आपण समाधानाने मान टाकू

जगरहाटी थांबत नाही
चुकत नाही मावळतीची वेळ
जाताना
मनातल्या मनात
मी तुझ्यासाठी एवढंच म्हणतो
गवताचा वास असो कायम
तुझ्या लिहित्या हाताला

तिला सोड इकडे
गळ्यातले हात काढ जरासे
परंपरेच्या डोळ्यात
खोल पाहू दे मला
ये
हुंदड
धाव माझ्या दिशेनं
तुझ्या खुराचा घाव सोसून
मी भाषेच्या माळावर
चरत राहीन

मीरभाई

एक छप्पर टाकून
चार भिंती बांधून
एक झाड लावून
एक डोंगर एक नदी
थोडं चांदणं, सूर्य, चंद्र
आणि रस्ता
असं सगळं घेऊन
घर उभं राहत नाही
सावली पसरत नाही
मीरभाई
मी तुला सांगायला पाहिजे का
कवितेचं घर
असं आणि एवढ्यानंच बांधता येत नाही

रात्रीच्या तिसऱ्या तुकड्यात
मित्राचा आवेगी फोन वाजावा
तशी तुझी थाप पाहिजे थडथड थडथड
माझ्या बंद शब्दांच्या खिडकीवर

या संपत जाणाऱ्या
रस्त्याच्या शपथेचं विस्मरण नको आता
नको या गर्द काळाच्या वळणावर
एकमेकांना पारखं होणं

पुस्तकाच्या पानावरदेखील
त्या एकमेकींच्या पाठकुळी बसतात
आपण तर
हाडामासाच्या जिवलग कविताच आहोत
मीरभाई
एका कवितेनं
दुसऱ्या कवितेला सांभाळायचं हे व्रत
असं अर्धवट टाकता येणार नाही

लहान भावानं
मोठ्या भावाला पाठकुळी घ्यावं
यात फक्त क्रम बदलेल जगरहाटीचा
कविता तर अलगद जाईल पैलतीरावर

आणि पैलतीरावर
नागड्या मुलांनी सोडलेल्या नावा
पाण्यात वेग धरतील
अंधूक डोंगरातून ढोल घुमवत
एक आदिम जत्था
दुसऱ्या डोंगरात जाईल
त्यांच्या मशालींची प्रतिबिंबं
सांडतील आपल्या पावलांसमोर

एक हात सोडून
तू पाण्यावर धप्पकन थाप मारशील
अन् पाणी आग होऊन जाईल
आगीवर भाकरीचा वास पसरेल
छपराच्या छिद्रातून
म्हातारीच्या भाकरी थापणाऱ्या सुरकुतल्या हातावर
चंद्राचा कवडसा पडेल

वाळलेल्या काटक्यांच्या बिछान्यावर
त्यांची मुलंदेखील निजून जातील

सूर्याची चाहूल लागायच्या आत
अंगणात लावलेल्या झाडामधून
लाख पांढरे पक्षी उडून जातील
मीरभाई
आता नाही म्हणू नकोस
तुझे हात
माझ्या गळ्याभोवती
बिनधास्त लपेटून टाक

आपल्या रस्त्यांनी वचन पाळलं

आपल्याला सांभाळण्याची
शपथ होती गर्द रात्रींना
बंद मुठीतून
मला एक सुरवंट दाखवायचं होतं
तुला हातावर जळालेल्या कापराचा
वण दाखवायचा होता
आपल्याला शब्दांची शपथ होती
म्हणून
वेळी अवेळी बेपर्वा थाप मारली
एकमेकांच्या दुखऱ्या वर्तमानावर
अंधारात पावसात भिजणारे
हिरव्या झाडावरचे पांढरे पक्षी
पाहिले
आपण भटकलो त्या सगळ्या दिशांमधून
आर्त हाका ऐकल्या
आपल्या रस्त्यांनी
वचन पाळलं
आणि आपल्याला हजार करुण दृश्यं
दाखवली
आपल्याला घराची शपथ
होती
म्हणून परतीचा प्रवास केला

कलिंगड

असा काळ असे दिवस नको होते
की माझ्या कुठल्याच शब्दांचा
समकालीन मित्रांना अर्थबोध होत नाही
असा फार मोठा गुन्हा नव्हता नावावर
की हद्दपार होऊन परक्या वाटा तुडवाव्या
आपल्या जादूच्या पोतडीतलं
एक छोटं जग असं एकट्यापुरतं नव्हतंच कधी
अख्ख्या मोहल्ल्यात कुणाकडंच नव्हता
असा लालबुंद चेंडू शर्टात लपवून
अचानक
सगळ्या दोस्तांना दाखवायचा होता
राहून गेलं

या गावाबाहेर नेणाऱ्या उड्डाणपुलावरून
टेकडीवर एक चेंडू तरंगतोय
आणि सगळे सवंगडी पांगलेत
माझ्या पावलांनी वेग धरलाय
नुसता रस्ता माझा नाही
रस्त्याच्या काठावर
झाड असेल तर झाड
माणूस असेल तर माणूस माझा आहे
भररस्त्याच्या काठावर तुटक्या खाटेवर
मामू झोपलाय गोधडी पांघरून

मामू ऊठ
देवाच्या कलिंगडाची चकती
टेकडीवर आपला लालबुंद रंग सोडून देतेय
ऊन अंगावर येतंय
तुझं गोधडी पांघरलेलं डोकं
कलिंगडाला दाढी फुटल्यासारखं
दिसतंय
आणि न संपणाऱ्या रेल्वे फलाटावर
माणसांचे लांब लांब जत्थे झोपावेत
तसे तुझे सगळे कलिंगड ओळीनं झोपलेत
झोपेत असणाऱ्या पोराच्या अंगावर
रात्री उठून बसलेला बाप मायेनं पांघरुण घालतो
तशी तुझ्या कलिंगडांना थंडी वाजू नये
म्हणून एक मळकी गोधडी त्यांच्यावरही
घातलीय
मामू
मला एक कलिंगड दे
बोहनी कर
माझे कामाचे तास संपून जातील
मी आगीनगाडीतून कुर्डुवाडीला जाईन
एका समकालीन मित्रानं
आईच्या मृत्यूनंतर तिला आवडणारं
कलिंगड खायचं सोडून दिल्याची गोष्ट
माझ्या जिव्हारी लागलीय

हे भ्रमाचं झाड ओलांडून —

ही उजेडाची वेस ओलांडून
आता मला खात्रीनं सांगता येत नाही
की कोणय
कोण माझ्या पाठकुळी बसलंय?
साप चावलेला भाऊ आहे
की एक जखमी कविता?
हे भ्रमाचं झाड ओलांडून
कळत नाहीय्
ही आपलीच पायवाट आहे कंदिलाच्या मागेपुढे
थरथरत्या झपाझप पावलांची
दगडधोंड्यावरून निसटत पुढे जाणारी
ही निस्तेज पडछाया आपलीच आहे की नाही
कळत नाहीये

ही रक्तानात्यासारखी कोरडी ठप्प
नदी ओलांडून
आता अंदाज येत नाहीये
या दगडावर खळाळतं पाणी होतं
तेव्हा पाण्यावर नेमकी कुठं
ती जीवघेणी चंद्रकोर सांडली
सपासप पाणी कापत ती पकडायला
उतार नेईल तिकडे पोहत गेल्याची
हीच ती जागा आहे की नाही

काही उमजत नाहीये
त्या पाण्यात चंद्रकोर हरवली की मित्र
त्या पाण्यात चंद्रकोर बुडाली की मित्र
काही थांग लागत नाहीये

हा जाळ हे अरण्य ओलांडून
मी पुन्हा माणसांच्या वस्तीजवळ आलोय
हे आणखी एक ओळखीचं झाड आलंय
आणि या शेवटच्या सावलीत
मला ठरवता येत नाहीये
की माझ्या पाठकुळीवरून
इथं काही क्षणासाठी मला काय टेकवायचंय
निळ्या विषाचं गाठोडं
की एक जखमी कविता?

एक वृद्ध पक्षी धडपडेल

आपल्या पिलांना दाणे भरवण्यासाठी
दुखऱ्या पंखांनी घरट्याकडे झेपावणाऱ्या
पक्ष्याला कशाची भीती वाटते?
पावसात भिजलेल्या शरीरातून
गरगरत्या गोल अंगणात
पाण्याचे थेंब ओघळण्याची?
आपल्या नखांचे बटबटीत छापे
चकचकीत वर्तुळात उमटण्याची?
जे पाणी पापण्यांच्या काठावरून
परत फिरवलं हरेक वेळी
ते वाहण्याची?

हे दिवस भराभर जातील
आणि ताटातुटीची वेळ होईल

खुणेची घंटा वाजेल
तर सगळे समजूतदारपणानं
आपल्या दिशा घेऊन फडफडतील

सूर्यास्ताच्या दिशेनं एक वृद्ध पक्षी
धडपडेल
त्याची छोटी थरथरती सावली
संध्याछायेत अलगद मिसळून जाईल

चकवा

कोण होतं?
ईश्वरच असेल बहुधा
तोंड लपवत होता म्हणजे.
तोच असेल
सूर्याचं चाक
डोंगरावरून घरंगळताना
कॅन्सर हॉस्पिटलच्या
मागच्या अंगणातल्या झाडाखाली
उभं राहून
खिडकीतल्या माझ्या वडिलांना खुणावताना

मग एकदा त्याच्याकडे
आणि एकदा माझ्याकडे पाहताना
मला वडील दिसले

माणूस तोच असतो
नात्यांची नावं बदलून

देवाचा चकवा कुणाला चुकत नाही

रस्त्यावर उभं राहून
ओळखीच्या सगळ्या माणसांना
माझ्या ओसरीवर थोडावेळ बसून

मग पुढच्या प्रवासाला जा
म्हणणारा एक वारकरी -
देवाचा चकवा होतो
आणि एक पताका फडफडत डोळ्याआड होते
सूर्याचं चाक कुठं निखळून जात असेल
की सगळ्या आभाळभर
एवढा भडका उडतो रंगाचा

कोणते चिमुकले हात असतील
की आभाळ पुसताना दिसत नाहीत
आणि अंधाराचा फळा गरगरतो
सगळ्या दिशांनी

मला या हलत्या फळ्यावर
इतक्यात निरोपाची कविता लिहायची नव्हती

जो तुम्हाला घेऊन देता आला नाही
असा एक गरम कोट
हातात घेऊन
मी रस्त्यावर उभं राहून
शोधतोय
थंडीनं कुडकुडणारा
एक निनावी माणूस

पिठावरच्या पणतीत तेवणारा माणूस

एखादी संध्याकाळ अशी असतेच निर्मम
की काळेकुट्ट अपमानाचे ढग
आदळतात एकमेकांवर
मग जी वीज कोसळते
तिच्या रुपेरी उजेडात दिसतो
दगडी पायरीवरचा विझलेला रक्ताचा दिवा
दगडी पायरी
जिच्यावर बसून वडील माझी वाट पाहायचे

त्यांच्या खोल गेलेल्या निरोपाच्या डोळ्यांचा
अर्थ असायचा-
पुन्हा कधी येणार आहेस?
माझ्या थरथरत्या हाताचा अर्थ असायचा
येईन पण कधी ते नाही सांगता येणार

माणूस मुळात माणूस नसतोच, दोन घरांच्या दरम्यान
ती एक घालमेल असते

आणि अचानक एखाद्या रात्री
जिवाभावाचं माणूस
पिठावरच्या पणतीत तेवत राहतं

तिथंही जपण्याचा ध्यास सुटत नाही
एक पारदर्शी काच ठेवली जाते भोवताली

दिवस उजाडल्यावर मात्र
चोचीत एक वाळलेली काडी घेऊन
चिमणी उडून जाते

नदीमाय

नदीमाय
तुला कशाचा एवढा राग आलाय?
तुझ्या कुशीत मी लहानाचा मोठा झालो
मी डुबक्या मारल्या तुझ्यात
माझी स्वप्नं पवित्र करून दिलीस तू
तुझ्या मांडीवर डोकं ठेवून
वडिलांनी शेवटची झोप घेतली
त्यांची राख तुझ्या पाण्यात सोडून
मी भरल्या डोळ्यांनी
सांभाळ म्हणालो
मी खणानारळानं ओटी भरायला लावीन
तुझ्या प्रवाहात
हजार दिवे सोडीन
तुझी कावड वाहीन देवाच्या दारापर्यंत
नदीमाय
तुझा रुसवा सोड
पुन्हा शांत हो
तुझ्या वेगाची आणि दुथडी वाहण्याची
काठावरच्या घरट्यांना फार भीती वाटते
बांधावरून कोसळताना हादरवून टाकतोय
तुझा आवाज
नदीमाय
ज्याच्या अंगणातली किलबिलदेखील

थांबली नाही अजून
ज्यानं माझ्या पाठीवर पाय देऊन हे जग पाहिलंय
त्या निष्पाप माणसाला
तू अशी अवेळी हाक मारू नकोस

नदीकाठी भटकणारी माणसं

नदीकाठी भटकणारी माणसं
नेहमी एका हलत्या घरातून
मावळतीचं आकाश पाहतात
निळाईवर उगवलेला शोधून ठेवतात
खुणेचा तारा एकुलता
आणि जातील तिथे
अंगणात निनावी दाणापाणी ठेवतात

नदीकाठी भटकणाऱ्या माणसांना
नेहमी उपलब्ध नसतात
पैलतीरावर नेणारे पूल
ते डोळ्यांतल्या डोळ्यांत
सुकवू पाहतात ऐलतीराची कासावीस

नदीकाठी भटकलेल्या माणसांना
अस्थी निर्माल्य आणि पानदिव्यांचे
हेलकावे आठवतात
मृत्यू श्रद्धा आणि फडफडत्या जीवनयात्रेचं
प्रतीक म्हणून

नदी सुकून जाते
तेव्हा माणसं तडफडून आपल्या
रक्तवाहिन्या चाचपतात

वाळू उकरतात
आणि झोपेत आई आई म्हणून ओरडतात

नदीकाठी भटकणारी माणसं
रस्ता भरकटतात भाकरीसाठी कधीतरी
त्यांना माहीत नसतात भयभीत सशांसारखेच
रस्ते ओलांडण्याचे नियम
ते उड्डाणपुलाखाली वाकून वाकून पाहतात
नदीशी आपल्याच भावंडांनी
केलेल्या विश्वासघाताचं काळंकभिन्न पाणी

घास तर अडतोच घशात अशावेळी
लेकीच्या संसाराचं वाटोळं झालेलं पाहून
परत फिरणाऱ्या बापासारखी
जंगलाच्या दिशेनं चालू लागतात
नदीकाठी भटकणारी उदास माणसं

सुरवंट चालवणाऱ्या माणसाचं पोर

वयाच्या नवव्या वर्षी
कळत नव्हतं म्हणून
मी जोरात ओरडलोय
'कॅटर-पिल्लर' 'कॅटर-पिल्लर'
विहिरीच्या तोंडाएवढी चाकं
लालभडक रंग आणि दोन ट्रक माती
खरवडून ओंजळीत घेणारं
धरणाच्या यंत्रसेनेत
नव्यानं दाखल झालेलं
क्षणात पसरवून सगळी माती
धाड धाड नाहीसं होणारं
एक स्क्रेपर
ज्याचं नाव कळाल्यावर
मी अनेकदा ओरडलोय
'कॅटर-पिल्लर' 'कॅटर-पिल्लर'

नवव्या वर्गात मग
एक इंग्रजी कविता शिकवताना
गुरुजी म्हणाले,
'कॅटर-पिल्लर' म्हणजे सुरवंट
आता आयुष्य शिकताना कळालं
की
मी सुरवंट चालवणाऱ्या माणसाचं
पोर होतो

किती घाम गाळून
किती मुरूम किती काळी माती
पसरवली रात्रंदिवस
तेव्हा मला फांद्या फुटल्या

मी रुजलो तिथं पक्ष्यांना
हिरव्या शब्दांनी न्हाऊ घातलं
मी शिकवलं
त्या सगळ्या मुलांच्या
स्वप्नात सुरवंट सोडण्याची
असहाय धडपड केली

मला शपथेवर
एक फुलपाखरू
इमरानच्या स्वप्नातदेखील
उडवायचं होतं
वयाला द्वाड असण्याचा शाप होता
चेटकिणीसारख्या परिस्थितीनं
त्याच्या गळ्यातलं संस्काराचं
ताईत पळवलेलं होतं
आणि
त्याच्या अंगरख्यावर
काळ्याकभिन्न बाणांची चित्रं होती
ज्यांच्या टोकावर रक्ताचे थेंब होते

इमरानं कुणाचं पोर आहे
पाहावं म्हणून गेलो
तर लुकमान भाई
झाडाखाली ट्रॅक्टर उभं करून
गिट्टी भरलेल्या ट्रॉलीवर बसून
भाजीच्या लालभडक पाण्यात
भाकरी भिजवून खात होता

मी नको नको म्हणालो
तरी आपल्या पोराचा मास्तर आला
म्हणून त्यानं
तोंडचा घास अर्धवट सोडला
मी हात पुढे केला
तर गळ्यातल्या मळक्या रुमालानं
तीन वेळा हात पुसल्यावर
माझा हात हातात घेऊन
तो काही म्हणत होता

आणि मी मनात म्हणत होतो
की हे हात गिट्टीवर आपटावेत
आणि ट्रॅक्टरच्या तोंडाला लाल फासावं
आणि ज्या बोटांनी खडू घेतला
इतकी वर्षे हातात
त्या बोटांनी एकाच वेळी गिरवावं
आणि ओरडावं 'कॅटर-पिल्लर' 'कॅटर-पिल्लर'

धरण – १

आणि या निर्जन ओक्याबोक्या
टेकाडावर
पक्ष्यांसाठी दाणे फेकल्यासारखी
घरं उमटली
चाळीच्या रेखीव रेघोट्या उमटल्या

ही धरण बांधणाऱ्यांची नवी वस्ती
माणसामुलांनी, शेळ्याकोंबड्यांनी
गजबजून गेली

स्क्रेपर, डोझर, टिप्पर
अहोरात्र घिरट्या घालायला लागले

गढी वाचवली गेली
झोपड्या पाणी येण्याच्या आधीच वाहून गेल्या

मोठ्या साहेबानं अज्ञात शक्तीनं
नियंत्रित केलेल्या हातानं
एक धरणरेषा ओढली

आणि धरणाची प्रदीर्घ सावली
जिथवर पडणार होती, ज्यांच्यावर पडणार होती
ज्यांच्याकडं पसाभर जमीन आणि फुटकी भांडीकुंडी होती

ज्यांच्याकडं लाकडं तासण्याची केवळ औजारं होती
ज्यांच्याकडं लोखंड वितळवणारा केवळ भाता होता
ज्यांच्याकडं मजुरी करणारे हात, पाय आणि डोकं होतं
आणि ऊनपावसाला आत या म्हणणाऱ्या
झोपड्या होत्या
अंगावर जेमतेम कपडे असलेली
लहानगी मुलं होती
त्या सर्वांसाठी एक मरणरेषा ओढली गेली
आपली गाडगीमडकी उचलून
ही विखुरलेली वस्ती नष्ट झाली
डावा अंगठा सरकारी कागदावर उमटवून
चार पैसे फाटक्या खिशात घालून
ही वस्ती नाहीशी नाही

पक्ष्यांसाठी दाणे फेकल्यासारखी
काही घरं उमटली काही मिटली

धरण – २

ही जादू नाही तर काय आहे?
एका निळ्या कागदावर
काळ्या रेघोट्या ओढल्या जातात
एका सुंदर भिंतीचं रंगीबेरंगी प्रारूप
काचेत मढवून ठेवलं जातं
आणि जादूगाराच्या हातावर
हातरुमाल जळाल्यासारखं
हातापायांच्या काटकुळ्या झालेल्या
गरीब
धरणग्रस्त माणसांचं भवितव्य
क्षणात भुरभुर जळून जातं
ही जादू नाही तर काय आहे?
पाचशे साठ रुपये पगार असणाऱ्या
कारकुनाची, पोलिसाची, तलाठ्याची
बायको
चांदीच्या नाचऱ्या मोरांची जरीची
भरजरी साडी घालून पौर्णिमेच्या दिवशी
वडाला फेऱ्या मारून
याच पदावरचा नवरा पुन्हा पुन्हा
मिळू दे म्हणते
ही जादू नाही तर काय आहे?
तुमचं घर पाण्यात जात नाही
जमीन पाण्यात जात नाही
तुमचं गावाशी नातं नाही

हे गाव कुठंय असं विचारलं
तर तुम्हाला सांगता येत नाही
कुठल्या आदिम जिव्हाळ्यानं
तुम्हाला धरणग्रस्ताचं प्रमाणपत्र
बहाल केलं जातं
आणि तुम्ही डीएडबीएड होऊन
शिक्षक झाल्यावर हजारो मुलांचं
कल्याण
करण्यासाठी जिवाचं रान करता
ही जादू नाही तर काय आहे?
या धरणाचा पायादेखील
भरला नाही अजून
आणि –
गुणवत्ता नियंत्रण विभागाच्या
चपराशाचा
कारकुनाचा
निरीक्षकाचा
कनिष्ठ अभियंत्याचा
वरिष्ठ अभियंत्याचा
कार्यकारी अभियंत्याचा
अधीक्षक अभियंत्याचा
आपापल्या गावाकडे हवेशीर टुमदार
रंगीबेरंगी बंगला थाटात उभाय
ही जादू नाही तर काय आहे?
तुमच्या मळक्या सुरकुतलेल्या
अंगठ्यांचे
असंख्य वेळा ठसे घेतले जातात
भाजलेल्या जखमेवर शाई ओतल्यासारखे
तुम्ही कागदांचे भेंडोळे घेऊन
उसन्या पैशांच्या बळावर
एसटीनं वाऱ्या करता शहरात
तुमचं काम झाल्याची हिरवी झंडी
दाखवली जाते दरवेळी

तुम्ही परत फिरता
मग
तुम्हाला नव्या वसणाऱ्या गावाचं
देवळाचं
शाळेचं
नव्या उगवणाऱ्या झाडांचं
सावलीचं
गार स्वप्न वेढून टाकतं
आणि तुम्ही अंधारात
माझं घर, माझं घर, असं ओरडता
आणि जाग आल्यावर नसलेल्या
घरासाठी रडता ओक्साबोक्शी
ही जादू नाही तर काय आहे?

नाहीतर हे गाव असं धूसर झालं नसतं

मजबुरीच्या पाठीवर
बसावं लागलं
थांब म्हणाल्यावर थांबावं लागलं
चल म्हणाल्यावर जावं लागलं

तरीही सगळ्या नकोशा भटकंतीत
डोळे मिचकावून झाडांशी दोस्ती जमवली

पाणी देणाऱ्याच्या डोळ्यांत पाहून
ओंजळ रिती होऊ दिली
आणि तहान वाचवली
दूरच्या डोळ्यांसाठी

मजबुरी होती की
बोल म्हणाल्यावर बोलता आलं नाही
पहारा होता सगळ्या दिशांनी
म्हणून शब्दाला निसटता आलं नाही

अटळता विखुरली अंगणात
म्हणून चार पावलं ओलांडून
दाणे वेचले
आणि उपकाराचं ओझं वाहिलं हयातभर

नाईलाज होता
नाहीतर घर सोडून कोण गेलं असतं
नाईलाज होता
नाहीतर घराच्या दिशांनी
कोण परत आलं असतं

अपरिहार्यतेनं चोच मारली कपाळावर
म्हणून जखमी झेपावलो तुमच्या गावावरून
नाईलाज होता
की डोळे भरून आले
नाहीतर हे गाव असं धूसर झालं नसतं

कोणेकाळच्या बछड्याचं शिंग

नुसता समुद्र नाही
मीठ आणि पाणी ओलांडून
या मातीला पाठमोरं झालेल्या
कुठल्याच माणसाला
आता पूर्वीसारखी
उत्कट हाक द्यावी वाटत नाही

पण डोळ्यांतल्या
पायघड्या दडवता येत नाहीत
बांधावरल्या आंब्याचा
मोहोर दरवळतो आजदेखील
कैऱ्या पाडणाऱ्या गँगमधला माणूस
भेटणार आहे
असं नुसतं कळलं तरीही

विमानातून पाखरं उडत येतील आपल्या अंगणात
म्हणून
खिन्न खिडकीतून डोकावत राहतो
पिकल्या केसांचा माणूस

आणि तुम्ही येता तेव्हा
असे येता भारत लॉजवर उतरल्यासारखे
शिव्या देत इथल्या धुळीला
या घराने तुमची वाट पाहिलेली असते

गाईच्या डोळ्यांनी
आणि तुमचा सगळा वावर पाहावा
तर परग्रहावरून उतरल्यासारखा

म्हाताऱ्याच्या स्वप्नात
निजलेल्या बापाच्या नशिबाला
भुंगा लागतो
आणि उभी हयात
रक्त आटवल्यावर
त्याच्याच कोणेकाळच्या बछड्याचं
धारदार शिंग
वेगानं सरकत राहतं
त्याच्या थकलेल्या काळजाच्या दिशेनं.

ही अंधाराची खाडी

या दिव्यांच्या महानगराला
नाईलाज घिरट्या घातल्या
शहर तोलणारा मनोरा पाहृयला
पायथ्याला कथिलाच्या
तांब्या पितळेच्या जर्मन आणि स्टीलच्या
संसारसाखळ्या पाहृयल्या
त्यांच्या एका कडीत
जीव ओवाळून टाकावा
अशा कवीची फासळी गुंतलेली पाहृयली
त्याच्या घामारक्तानं
रचलेल्या विटांच्या
मधोमध एक मेणबत्ती लावायची
आणि
आपल्या चेहऱ्यावर
उमटणाऱ्या प्रकाशात
कविता वाचायचं छोटंसं स्वप्न
मेणकापडी पिशवीतून उलटवलं
तर पांढरी नाजूक फुलं सांडलेली पाह्यली
म्हणून
हे अंतराचं ओझं पायात उतरलं नाही
नाहीतर या मनोऱ्याला कोण विचारतो?

ही अंधाराची खाडी पाह्यली
हे निपचित रस्त्यांचे साप पाह्यले

या पाण्यावर तरंगणाऱ्या लहरींवर
एक हेलकावणारं जहाज पाह्यलं
भेलकांडण्याची गोष्ट आठवून
शिडं सांभाळणारे हात गळून गेलेले पाह्यले
अंधारात दिशांचं भान सुटलं
वाऱ्याचे अंदाज हुकले
निळ्या खिडकीतला एक
दिवा कलंडताना पाह्यला
उजेड हरवल्याचं दु:स्वप्न भिरकावून
जिवाच्या आकांतानं ओरडणारा
माझ्या शर्टानं माझ्या भिरभिर लाडक्या माश्याचे
डोळे पुसू दे म्हणणारा
बाप पाह्यला
म्हणून ही खाडी ओलांडताना
कुणाची सोबत मागितली नाही
म्हणून या दिव्यांच्या महानगराला
नाइलाज घिरट्या घातल्या

पंख शोधणारा माणूस

आपल्या बरगड्यांना हात लावून
पंख शोधणाऱ्या
ते नाहीत म्हणून
हातच पंखासारखे हलवणाऱ्या दुःखी माणसाला
अर्धा पेला संमोहित करणारं द्रव
आणि
ओंजळभर सिगारेटचा धूर
कबूल करावा लागतो
त्या धुरातून तुटलेल्या पंखातलं
रेशमी पीस गरगरताना
आपल्या हातांची बर्फाची पेटी उघडून
जतन करावी लागते
मातीत अलगद मिसळून जाणारी
एक अध्याहृत कविता
आपल्याच माणसांनी भोसकलेला
माणूस दिसल्यावर
फार जपून उपसावा लागतो
त्याच्या पाठीतला सुरा
वादळवाऱ्यात फडफडणाऱ्या मेणबत्तीभोवती
ओंजळ धरावी
तसं जिवाच्या असोशीनं सांभाळावं लागतं
आपल्या जिवलग कवीला
या निर्मम काळाच्या काळोखात

किती कहाण्यांची बोचकी असतात पाठीवर

वर्षानुवर्षं पाय रोवून उभं राहा
रंगमंच
दरवेळी तुमची खेळी यशस्वी होऊ देत नाही

वीस वर्षे
कापलेल्या झाडांवर बसलेल्या
आणि दरवर्षी उडून जाणाऱ्या मुलांसमोर
तोंड न रंगवता
काळ्यावर पांढरं करत
मी हजार भूमिका केल्या

तुमच्या भूमिकेबरहुकूम
जुळवून घेता येईल
मनाची तार सगळ्यांना
अशी सरळ सोपी नसते
गरिबांच्या वस्तीतल्या
शाळेतल्या प्रयोगाची रीत

किती कहाण्यांची
बोचकी असतात त्यांच्या पाठीवर
मानेवर निळे काळे वळ उमटलेले असतात
कोवळ्या मुलीच्या दारुड्या बापानं
भरचौकात मारलेलं असतं तिला

माझा लाफ्टर शो चालू असतो एकीकडे
तेव्हा कित्येक जण
आपापल्या कहाण्यांत डोळे भरून रडत असतात
अनुभवाची टिमकी न वाजवता
मी अपमानाचे घाव सोसलेला
माणूस म्हणून सांगू शकतो
हसून हसून सांडलेलं
असूच शकत नाही त्यांच्या डोळ्यांतलं पाणी.

भ्रष्टाचं भूत

दगडी भिंतीतून रक्ताचा ओघळ वाहतो
फासाचं चिन्ह उमटतं
आग ओकणाऱ्या उन्हात दालनातले सगळे विद्यार्थी
कागदांवर भाषेची चिन्हं उमटवतात
कदाचित फासाची वर्तुळं काढतात
स्वत:साठीच
आणि मी भ्रष्ट होऊन भ्रष्ट मुलांसमोर
नेरूदाच्या कविता वाचतो मनातल्या मनात
आपल्या नैराश्यावर भूल पडावी म्हणून

ही इमारत, हे मैदान, ही मुलं, ही माणसं
सगळे भूल पडलेले आहेत आपल्या जगात मग्न
त्यांच्या माथ्यावर भ्रष्टाच्या भुताची
अवाढव्य सावली तरंगते ढगासारखी
आणि ते उन्हातून सुटल्याचा
नि:श्वास सोडतात

मी दालनभर घिरट्या घालतो
सगळ्या मुलांच्या आकृत्यांवरून
भराभर नजर फिरवतो
पापण्या उघडतोमिटतो पुन्हा पुन्हा
तर त्यांच्या कपड्यांवर
भ्रष्टांच्या भुतानं आपल्या बोटांनी
रक्त शिंपडल्याचे भास होतात

ते हसतात आपल्या कागदांना हात लावणारं
अजून कुणी जन्मलं नाही अशा आवेशात

मला दिसतं
भ्रष्टाचं भूत त्यांच्या कुटुंबाच्या स्वप्नांना चूड लावतं
त्यांच्या नशिबात भयावह वास्तवाच्या
काचेचे धारदार तुकडे रुतवतं
त्यांची जागा आखून ठेवतं
रक्त शोषणाऱ्या बाजारयात्रेत

ही पक्षाघात झालेली हाताची मूठ थरथरते
ही गंजलेली नैतिकतेची तलवार
पुन्हा पुन्हा गळून पडते

मला दिसतं
या दालनातील प्रत्येक तरुण मुलामुलीचा
नरडीचा घोट घेईल भ्रष्टाचं भूत

माझी प्रिय मुलं
लिहिता लिहिता माना टाकतील
सुकलेल्या फुलांसारखी

युद्धभूमीवर पराभूत सरदारासारखा
मी त्यांच्या प्रेतांमधून चालत राहीन

जमिनीवर फासाचं चिन्हं उमटवलेला
रक्ताचा ओघळ तरंगायला लागेल हवेत

खिदळत खिदळत भ्रष्टाचं भूत
माझ्या मागावर येत राहील
येणाऱ्या पिढ्यांच्या विध्वंसाच्या लालसेनं

यास्मिन

मी अशा अभद्र काळाला
वळसा घालून
खात्रीनं सांगू शकत नाही
की डोंगरी भाषेतल्या
कवितेतल्या चंद्राच्या फूलबिया
तुझ्या झोपडीसमोर
रुजतील
प्रकाशाची रोपटी फुटतील
आणि ही जनावराची वाट
उजळून निघेल असं वाटत नाही
असं काय काय येतंय
डोळ्यांसमोर पुस्तक धरून
म्हणून पावसाची कविता उद्या घेऊ म्हणालो
तर तूच सांगितलंस की शाळा बुडवून
माझा लहानसा भाऊ
लहानशा अंगणात कुजण्याची धमकी देणारे
कांदे वाळत घालतोय
मला कोणताच तास
कोणतीच कविता
आयुष्याचं कुठलंच गणित
अर्धवट टाकून जायचं नाहीय
पण कळत नाहीय की लहानशा भावाचं,
अंगणाचं आणि तुझ्या पोटाचा खड्डा
स्वत:ला विकून भरीन
म्हणणाऱ्या कांद्याचं काय करावं?

ज्यात मी माझे पाय ओढतो कसेबसे

ज्यात मी माझे पाय ओढतो कसेबसे
त्या तुमच्या काळाशी
माझी काही दुश्मनी नाही
विश्वास ठेवा

या मॉलमधली
सगळी रंगीत स्टेशनरी
मी कवेत घेतली असती बिनधास्त
पण
माझ्या डाव्या पायाच्या अंगठ्यावर
लाकडी चौकट निखळून
एक दगडी पाटी फुटली आहे
लहानपणी

रंगीत छत्री रंगीत प्रकाश
आणि रंगीत खुर्च्यांची
खिल्ली नाही उडवायची
विश्वास ठेवा

ऊन पाऊस आणि अंधारात
ज्याचा आधार वाटला नेहमी
त्या झाडाच्या लिंबोळ्या
उघड्याबोडख्या डोक्यावर
अंगाखांद्यावर कोसळल्याचे
भास होतात मला

तुम्हाला बरं वाटावं
म्हणून मी येईनदेखील तुमच्यासोबत
मॉलमधल्या कमी किमतीच्या
तुटक्या शापित खेळण्यासारखा
मी एखाद्या कोपऱ्यात धूळ खात पडून राहीन

काली, हे कोणत्या शत्रूचं रक्त आहे

रुळांना अल्याडपल्याड करत भेटावं
असं कोण उरलंय
आता या बकाल शहरात
इथंच भिजक्या पक्ष्यांकडे पाहत
रात्री जागून काढल्या आहेत आपण
बघ मी पुन्हा तुझं गाव सोडलं
असं सांगू पाहते जी आर्त होऊन शीळ
तिला या लोकांनी
नेहमी किंकाळी म्हटलंय
शब्दांचा दुसरा अर्थ ज्यांच्या मनात
मरून गेलाय
तिथं ही आग आणि पाण्याची गोष्ट
किती निरर्थक ठरली

काली, हे कोणत्या शत्रूचं रक्त सांडतंय
की ज्याच्या प्रत्येक थेंबातून
हिडीस दृश्यांची लालसा पेटवत
हे रंगीत पेटारे जन्म घेतात

हा उजेडाचा कल्लोळ केवढा
या शहरानं तोंड लपवावं
एवढ्या मूठभर अंधाराला
मोहताज करून टाकलं

काळ्या मातीची मूठ

फार जवळच्या माणसांनाही
कळत नाही बऱ्याच वेळा
दारूनं नाही खोलवरच्या दु:खानं
लाल होतात
एखाद्याचे डोळे
जो बोलत नाही दिवसेंदिवस
त्यानं केलेलं प्रेम
एखाद्या जखमी
मुक्या जनावरासारखं असतं
काळोखात त्याच्या डोळ्यांवर
विजेरीचा झोत सोडाल
तर
करुणेच्या पाण्यातून
किती नावा हेलकावतील
आपल्या माणसांची राख घेऊन जाणाऱ्या
हा मरणाचा साक्षीदार
कुणाच्या स्वप्नांवर आपली
अभद्र सावली पडेल एवढ्या भीतीनं
नेहमी चार पावलं मागं पडतो स्वत:हून
असं वयदेखील टळून जातं
नंतर नंतर तर
शेपटीवर मुद्दाम पडलेल्या पायावरदेखील
फणा उगारला जात नाही
आणि
प्रेमाच्या भूमीवरून हद्दपार

केलेल्या माणसाला
मातृभूमीची ओढ जिवंत ठेवताना
किती धाप लागते
तरीही
आपल्या हाताची काळ्या मातीची मूठ
तो उकलत नाही
मरेपर्यंत मरू देत नाही
स्वत:मधला
मुळांना पारखा झालेला
भणंग फकीर

एक घाव सोसावा लागतो

व्यक्तित्व दुभंगल्याचा आरोप होऊ शकतो
पण हे खरं आहे
की तुमच्यासमोर
ज्याला मी शिव्यांची
लाखोली वाहिली
तो
माझ्या यातनाघरातल्या
अंधारात
लामणदिव्यासारखा जळतो कायम
सगळे अपराध कबूल करून
शत्रुत्वाला गुंगारा देता येत नाही
सगळे गुन्हे पोटात घालून
दिवेलागणीला आपलं आवडतं जनावर
कुशीत घ्यावं लागतं
खेळण्याच्या निमित्तानं का होईना
बापाला मुलाकडून एक घाव सोसावा लागतो
अशी वेळ दूर नसते
की आपल्या अंगणातली
लेकीची सावली थरथरते
आणि पुरुषाचा मुखवटा फेकून
डबडबत्या डोळ्यांनी नि:शब्द
निरोप द्यावा लागतो
हे खरंच आहे

की बापाच्या आजारपणात
जे जे बोलायचं राहून जातं
ते नंतर पोराला कवितेतून लिहावं लागतं

उसनवारीचे दूत

किती घरांचे चेहरे बदलले
किती वस्त्यांतून लहानपण भिरभिरलं
किती जंगलांना पाठीशी राहण्याची शपथ घातली
किती नद्यांच्या काठांवरून
ही स्थलांतराची यात्रा होत राहिली
या शहरातल्या रात्रींना
ॲम्ब्युलन्सच्या आवाजाची भूक लागते
आणि दूर राहिलेल्या जखमी वसाहतींच्या हाका ऐकू येतात
डोंगर उतरून संध्याकाळी
एक एसटी यायची आणि जायची
तेवढीच वसाहतीच्या दृश्यात
सुखदु:खाची हालचाल व्हायची
नुसती एक रंगीत मण्यांची माळ
फुटून विखुरली नाही
कामगारांच्या बायकांनी रात्री
केलेल्या भाज्यांची जर्मनच्या कटोऱ्यातली
देवाणघेवाण
मीठ-मिरची-तेल-भाकरीचं पीठ
काड्याची डबी, बाटलीभर घासलेट
आणि आठवडी बाजारासाठी पाच रुपये
बिनधास्त उसने मागायचे ते मोकळेढाकळे
दिवस होते
आमच्या लहानपणाला
या उसनवारीचे दूत म्हणून काम केल्याचा
शिक्का लागला

डाव्या हातावरच्या देवीच्या वणासारखे
अजून ठळक होतात ते दिवस
प्रोझोन मॉलच्या रंगीत दुनियेतून
मुलं बाहेर येण्याची वाट पाहताना

धुराडं

कुंपणाच्या भिंतीत ज्या वठलेल्या झाडांनी
स्वत:ला चिणून घेतलं
ती भिंत भेदून
रस्त्यावर येऊ पाहतात ती झाडंच असतात
की काटक्यांसारख्या वाळलेल्या हातांचे कामगार
माझ्या गावातला एखादा
नवशिक्या गाईड
कदाचित उद्या उभा राहून सांगेल
की इथे कधीकाळी
नक्षी आणि रेशीम धाग्यांचं साम्राज्य होतं
धागे धागे राहायचे नाहीत
मोर
फुलपाखरू
वेलबुट्टीत पालटून जायचे
ही एक चमचमती जत्रा संपून गेली
कितीक चुली रांगेनं मांडलेल्या
त्यांच्यातली आग विझून गेली
अर्धवट जळालेल्या लाकडांसारखे
काळेकुट्ट हात उंचावत
एक असहाय्य जत्था
या गर्दीच्या रस्त्यात
धुळीसारखा मिसळून गेला
आणि झाडं आहेत की
भिंत भेदून रस्त्यावर येऊ पाहतात

एक कारखाना बंद पडतो तेव्हा
जिल्हा कारागृहाच्या लोखंडी
सिनेमातल्या दरवाजासारखा
एक भेसूर सांगाडा शिल्लक राहतो
आणि सुरक्षारक्षक नसलेल्या
दिंडी दरवाजातून
नायलॉनची लाल झिरझिरीत साडी घातलेली
एक उदास बाई
रिक्षेवाल्याच्या हातात पाच रुपयांचं एक नाणं ठेवून
आत शिरते
एका छोट्याशा गवाक्षातून
आतली पडझड फारशी दिसणार नाही हे कळून
न कळल्यासारखा मी पाहतो
की अख्ख्या पुराणवास्तूवर
वाळलेलं गवत उभं आहे
शेवटच्या हिशेबातली मूठभर पुंजी
हाती लागावी म्हणून
ती बाई पराभूत कारकुनाच्या हातावर
गांधीचा वॉटरमार्क असलेली
एक खरीखुरी नोट ठेवते
ह्या दृश्यातून नजर हटते
तेव्हा टेक्स्टाईल मिलच्या धुराड्यावर
लहान मुलाच्या हातासारखं एक हिरवं झाड दिसतं
आणि अंधाऱ्या ढोलीतून काही पाखरं उडून जातात.

संसाराचा डगमगता कंदील

चार गाडगी मडकी
उचलून नेली रात्रीतून
म्हणून
तू विणलेलं कोळ्याचं जाळं
नाहीसं होत नाही
हरवत नाहीत अंधूक रस्त्यांवरच्या
दिव्याखाली
तासन्‌तास वाचलेल्या
सारा शगुफ्ताच्या काळीज हेलावणाऱ्या
शब्दांच्या सावल्या
रोशनगेटच्या रस्त्यावर
आपल्या पिशवीतून सांडलेल्या
फळांचा वास
रानात सोडून आलेल्या मांजरासारखा
परत येतो
संसाराचा डगमगता कंदील
शहरातून निघून जातो मजबुरीनं
पण मोहल्ल्यातले प्रकाशाचे डाग
निघता निघत नाहीत
नुसता योगायोग नसतो
की दारात गोडलिंबाचं झाड
बहरतं
मी तुझ्या हातात मैत्रीनं भारलेलं
लिंबाचं गाठोडं देतो

तर एका कवितेतलं दृश्य जिवंत होऊन थरथरतं
आता जंगलाची वाट
धरलीच आहेस
तर रानपाखरासारखं घरटं बांध
किती दिवसांत
तुझ्या हलत्या झाडावर
फडफडली नाही कविता
तुझ्या अंगणात
मला चिवचिव ऐकायचीय

काळा ससा

हिवाळ्यातल्या एका अंधाऱ्या सकाळी
ट्रकच्या केबिनमधून कुडकुडत
शाळेत जाताना
मी देवाला म्हणालो होतो
डोळ्यात लाल मणी ठेवलेल्या
या काळ्या सश्याच्या कोकराला
गाडीच्या चाकाखाली येऊ देऊ नकोस

भेदरून रस्ता ओलांडण्याचा
शाप किती दशकांचा की शतकांचा
ते काळ्या सशांचं बालपण होतं
आणि शिकण्याच्या सगळ्या
वाटा अवघड होत्या

ते काळ्या सशांचं बालपण
होतं आणि स्वप्नात मी सशांची
नावं ठेवली होती
तिर्मुक रावशा नागू कुंडलिक पिराजी
इजू परकाश आणि मन्या
मन्या, लाल डोळ्याच्या काळ्या सशा
कुठल्या पिढीत कोण असताना
माझा आजा होता पणजा
की खापरपणजा
कोणी तुला लाकडाची ढलपी मारली

एखाद्याचं अंगण ओलांडण्याची
कोणी तुला ही अमानुष शिक्षा दिली
कोणत्या गावाच्या कोणत्या वेशीवर
कोणतं झाड होतं रोपट्याच्या वेशात
आणि त्याच्या वितभर खालच्या काळ्या मातीत
तुझ्या डाव्या पायावर झालेल्या
जखमेचं दुःख लपवून
तू माझ्या वाट्याला आलास
कोणी शिकवलं तुला हे निर्व्याज हसू
तू खळखळत्या झऱ्यासारखं हसतोस
आणि शतकांच्या अपराधाच्या हजार मुंग्या
माझ्या त्वचेखालून धडपडून
वर येऊ पाहतात
तू माझे भयभीत हात
गच्च धरतोस
आणि माझं सैरावैरा धावणारं मन
झाडाच्या सावलीत निपचित
जनावरासारखं पडून राहतं
काळाच्या कुठल्या बिंदूवर
जाग येते कळत नाही
आभाळ धुंडाळण्यासाठी थकलेल्या डोळ्यांनी
वर पाहिल्यावर
तांबड्या लाल सळसळत्या पानांचे
थवे उडतात पाखरांसारखे
कपाळावर दवबिंदूसारखे जमलेले
घामाचे थेंब पुसून काढत मी शोधत राहतो
झाडाच्या खोडातून ओघळणारं दुःखाचं द्रव
आणि शोधत राहतो पायावरची जखमेची खूण

बाभळीच्या काट्यात अडकलेलं

बाभळीच्या काट्यात अडकलेलं
कुडतं काढा झाडावरचं
आन् मला माझ्या पोराच्या घामाचा
वास घेऊ द्या
त्याच्या कुडत्यानं
हे अभागी कपाळ पुसू द्या

या म्हाताऱ्याला मागं ठिवलं पोरानं
चिमण्या लेकरांना मागं ठिवलं
मी लई मन मारतो पिलाकडं बघून
डोळ्यांतून पाणी काढत नाही
पर वारं आलं की
करपलेलं पाचट उडतंय

आता आता तर माझं पोरगं
उसाच्या हिरव्या धांडासारखं
सळसळत होतं
आन् आता हे जळालेलं पाचट

मी दुःखाला रानात गाडलं
आन् हा पांढराफेक कापूस
रानात पांगला
मंग पुन्हा त्याची याद आली
माझं पोरगं बुरबुर जळून गेलं

कापसात आन् माणसात
फरक नाही राह्यला बापा
आन् हे बघाया मी मागं
राह्यलो

बाभळीच्या काट्यात
अडकलेलं कुडतं काढा झाडावरचं
आन् मला माझ्या पोराच्या
घामाचा वास घेऊ द्या
त्याच्या कुडत्यानं हे अभागी
कपाळ पुसू द्या

गावाकडची वाट हरवून टाकणारी झिंग

घरादाराला मोहरून टाकणारी
नव्या कुडत्या लुगड्याची चोळी बांगडीची स्वप्नं
वेशीवरच्या झाडाखाली पुरून
ही रंगभूमीची वाट धरावी लागते जीवघेणी

ही नाट्यशाळेची झिंग
गावाकडची वाट मिटवून टाकते परतीची
किती पाखरांना व्हायचं असतं
विदुषक, राजा आणि रस्त्यात मरून पडणारं माकड
या हलत्या रंगमंचावर

एकमेकांचे सदरे लुंग्या बनियन
चपला बूट एकमेकांच्या बापाचं धोतर
चुलत्याचा डफ आणि गुराख्याची बासरी
चष्मे, मिशा, कोट, जाकीट
चुना तंबाखु गुटखा पुड्या
अर्ध्यामुर्ध्या बिड्या सिगारेटी
चैनीची घोटभर दारू
निळ्या स्पॉटलाईटच्या झोतात
तरंगणाऱ्या धुरात
खिशाला खार लावून उभारलेली
ड्रेपरीची ही बाजारपेठ
निव्वळ दोस्तीच्या करारावर
सालोसाल चालणारी

ही बिनपरतीची गॅरेंटी देणारी
उसनवारी

विंगेतल्या अंधारात
काळजात उसळतात
पान लागून मेलेल्या पोरासाठी
बापाच्या तोंडातून फुटणारे
अडखळते शब्द

प्रेक्षागारात दबा धरून असतात
अशा अचानक येणाऱ्या प्रसंगासाठी
आणखी काही दुःखी माणसांचे
अस्फुट हुंदके

रस्ता

या भाडोत्री कवींच्या जळत्या रिंगणातून
डोंबाऱ्याचा सूर मारून
निघशील आणि
भुकेल्या बकरीच्या डोळ्यांतल्या
कोवळ्या गवतासारख्या
कवितेच्या ओळी
खिशात कोंबून
धावशील
तर नदीच्या पलीकडचं
जंगल पायाशी येईल
तिथल्या लालबुंद पाचोळ्यावर
तुझ्या छातीतली धाप सांडेल
तर
कवितेची पाऊलवाट
तुला जखमी जनावराच्या
डोळ्यांतल्या पाण्याजवळ घेऊन जाईल
तू मुक्या दुःखाचं धड
खांद्यावर वाहून नेशील
तर तुझ्या केसांत
आशीर्वादाचा खडबडता हात फिरेल
थकशील तेव्हा
खिशातलं गवत डोळ्यांवर ठेव
मग सगळ्या दिशांनी
तुला दिसायला लागतील

हरवलेल्या शब्दांचे, दिवसांचे
सैरभैर स्वप्नांचे आणि दूर गेलेल्या
आपल्याच माणसांचे कातर चेहरे

कोणती अवदसा आठवली

कोणती अवदसा आठवली
की
माझ्या भाषेतल्या काही लोकांनी
जरीकाठाचे सदरे लेऊन
व्यासपीठावर गाणी म्हटली
कवितेच्या नावावर
युगलगीतं सादर केली
आणि
एका नदीसारख्या परंपरेच्या काठावर
नंगा नाच करून
फुलं उधळून घेतली
अंगावर टाळ्यांची
कोणती अवदसा आठवली

नाहीतर
ज्याचे पाय रानातल्या चिखलात माखले
त्यानं
किती जपून टाकायला पाहिजे होतं पाऊल
की
या चिखलात अजून धडपडत असेल
गोरोबाच्या तंद्रीत सापडलेलं मूल
मित्रा
तुझ्याकडे तर सांगण्यासारख्या
हजार गोष्टी होत्या

खरंतर हजार दोन हजारात मोजता येतील
अशा नसतातच दु:खाच्या गोष्टी
तू जी पाठ फिरवलीस
गावातल्या पोरांकडे
त्यांनीच तुझ्या शब्दांच्या कवड्या
नाचवल्या असत्या खिशात
सोन्याच्या मोहरांसारख्या

त्यांनी कदाचित
कवड्यांची माळ घातली असती गळ्यात
तुला नेहमी छातीशी रूळू दिलं असतं

एक शिदोरी
आणि झिऱ्याचं निर्मळ पाणी ओंजळभर
एवढंच तर पोचवावं लागतं लेकरांसाठी
ही भाषेची नदी ओलांडून

आपण लक्षात ठेवू मित्रा
नेहमी मोठ्या कवींच्या कहाण्या
त्यांनी कधीच जरीकाठाचे सदरे
घातले नाहीत
ते बसून राहिले तुटक्या खाटेवर
आपल्यातली अर्धी शिदोरी
निनावी ठेवून
त्यांनी आपली सावली
मिटवून टाकली

शब्दांचा गंडा मनगटावर बांधून घेण्याआधी

पिढीचा पराभव कोरलेल्या
शिळेवरून
पाण्यावर उतरू पाहणारं पाखरू
तेजाबात चोच बुडवून मरून जातं
शाप असतो आपल्याला
तहानलेल्या जिवाचा
म्हणून निव्वळ डोळ्यांचं पारणं फिटण्यासाठी
निरोप धाडले जातात
शब्दांच्या किमयागार मित्राला
नटव्या स्त्रियांच्या घोळक्यात सामील होण्याचे
आणि मित्र सामील होतो
यापेक्षा मोठी नसते अपार दु:खाची गोष्ट

सर्जनशील गिरक्या घेणाऱ्या निळ्याजांभळ्या
मूठभर थरथरत्या जीवाकडे
पाठ फिरवण्याची अशुभ वेळ येते
आणि चारित्र्याचा गर्भपात झाल्यावरच
तरुण कवी हुंदडताना दिसतात
लेणी दाखवत दरवेळी नव्या मुलीला

या रणरणत्या उन्हात
चार गर्द झाडं होऊन उभं राहण्याची
शपथ होती आपल्याला
शब्दांचा गंडा मनगटावर बांधून घेण्याआधी

एक शपथ काय मोडते
शंभर चिमण्या जीव सोडतात
जन्म घेण्याआधीच

मुलांना नुसती शस्त्रं दाखवून
निर्भय बनवण्याचे मनसुबे रचता येत नाहीत
जगण्यावरच्या श्रद्धेसाठी
त्यांना झरे झाडं आणि पाखरं दाखवावी लागतात

मरणाच्या बैलगाडीत बसलेली म्हातारी

कविता असेल तर
उघड्या डोळ्यांनी वाचावी लागेल
आणि ऐकावी लागेल डोळे मिटून

भिंगातून कविता हाती लागणार नाही
थोड्याच वेळात
धूर निघेल
आणि शब्द
ज्यांनी चिवचिव ऐकण्यासाठीच
घर विणायचं स्वप्न पाहिलं होतं
शब्द जे हिरव्या फांदीवर डोलणाऱ्या
घरट्याला आग लागावी
तसे जळून जातील
कवितेचा कागद हातात घेताना
हात तांबडा असू शकतो
विटा वाहून थकलेला
काळा असू शकतो वंगण माखलेला
जळका असू शकतो
मक्याची कणसं भाजून रोजीरोटी मिळवणारा
चहा विकणारा मामू
ओल्या हातांनी कवितेचा कागद
उघड्या डोळ्यांनी वाचू शकतो
मरणाच्या बैलगाडीत बसलेली
म्हातारी डोळे मिटून ऐकू शकते
कविता
मित्रा भिंग फोड आणि मला मिठी मार

सर्जनशील एकांतावर

कुणाच्या सर्जनशील एकांतावर
माझी सावली नको
म्हणून तिकडे येणाऱ्या
सगळ्या गुहा
मी मनाचा दगड करून
बुजवून टाकीन
सगळी कवाडं बंद करून
मी सगळा अंधार सांभाळीन
काचांचा खच तुडवीन
तुमच्या यातनामय
वेगवान शब्दांच्या आगीनगाडीला
मी हिरवी झेंडी दाखवीन
सगळ्या नि:स्तब्धतेनंतर
सगळ्या धडधडीनंतर
सगळ्या आकांतानंतर
उरणाऱ्या एकांतात
मलाही ऐकायचीय
माझ्या दिशेनं धावणारी
एक आर्त शीळ
किती दिवसांत किती वर्षांत
पांगला नाही माझ्या माथ्यावर
अनुभवाचा कडवट धूर
जमीन सुटेल असं वाटताना
धुराची एक रेषा सोबत पाहिजे

मग बेसावध
एकाच रुळावरून धावताना
काळ्या गिट्टीच्या गोधडीवर
उमटेल डोक्याखालून
ओली लाल झेंडी
मी तुमच्यासाठी झुलवत ठेवीन
तुटलेल्या झाडाची हिरवी फांदी
शेवटच्या श्वासापर्यंत
मी तुमची कविता ऐकीन

रुजुवात

खूप दूर राहूनदेखील
शब्द देता येतील
अशी एकमेव जागा उरते आपल्यापुरती
म्हणून जीव तुटतो
वाळलेल्या पानांचा खच पडतो तेव्हा

दरम्यान असते
हिरव्या भासांची रुजुवात

कितीदा डाव मांडला जातो
कितीदा कोसळतो
याचं गणित नाही मांडता येत

आणि आतून वाटतं
की शब्द देण्याची वेळ दारावर थाप
देतेय

निघताना काही ठरवलं नव्हतं

पोहचल्यावर कळालं
की आसपास पोहचलोय तुझ्या

तसंही लक्षात आलं नसतं
सगळ्याच घरांतून
मिणमिणते दिवे दिसले

निघताना तर कामावर जायचं होतं
रस्त्यात
भाजीचा गाडा ढकलणारा माणूस
कलिंगडाची टेकडी
फुटबॉल खेळणारी मुलं
दिल्ली दरवाजातून दिसणारी
गर्द झाडांची रांग
आणि अचानक नाहीसा होणारा
रस्ता होता
समोर अडवणारे डोंगर होते
पोहोचल्यावर कळालं
मी कवितेच्या जंगलात
आलोय
आणि परतीचा रस्ता मिटून गेलाय

भाकरीच असते कविता म्हणजे

सगळं लहानपण
आठवून पाहा
कधी मांजरीच्या
खेळत्या पिलांची
दुधाची ताटली ओढली होती का?

काडीपेटीत सोनकिडा ठेवून
कधी आग लावून दिली होती का?

बेसावध चिमणीच्या पायात
दोरा अडकवून ओढल्याचं
काही आठवतंय का?

कासवाची अंडी फुटली का
आपल्या हातून कधी?

मुंग्यांच्या रांगेवर पाय ठेवला असेल
सगळं लहानपण आठवून पाहा

घरातल्या घरात
किती विखुरतात मुंग्या

आपल्या सगळ्यांना मिळून
त्यांच्यासारखेच

थाळीतल्या भाकरीचे
कण जमवायचे होते
आपल्या भाषेतदेखील
कुणीतरी असा निष्ठूर पाय ठेवला
आणि
भाषेतल्या भाषेत
किती विखुरल्या मुंग्या

किती दृश्यांची हत्या होते

अजून थोडे घाव घालायचे होते
छिन्नी हातोड्यात
पाऱ्याच्या थेंबासारखं जपलं होतं काळीज
या दगडात आता फक्त
एक डोळा उगवायचा बाकी होता
थोडे नाजूक आघात केले असते
हळुवार फुंकर मारून
दगडाची भुकटी उडाली असती
टक्क बुबुळाखालून
एक झाड उगवून
एक पक्षी उडाला असता चोचीत अन्न घेऊन
भरधाव गाडीतून फेकलेल्या
पावाच्या तुकड्यावर
झडप घातली असती फाटक्या पोरानं
ज्यानं त्यानं आपला घास वेचला असता
या भुकेल्या दुनियेतला
'शब्दाला' मावळता सूर्य समजून
कुणी वेड्यासारखा थांब थांब म्हणून ओरडला
असता
जिवाभावाच्या माणसाच्या प्रेतावर
माती लोटून परतणाऱ्यानं
एखाद्या उदास गाण्याचं बोट धरलं असतं
नृत्याचं माहेर तुटलेल्या मुलीनं
भरलेल्या डोळ्यांनी नदीत घुंगरांची

ओंजळ सोडून दिली असती तिन्हीसांजेला
तिन्हीसांजेला
किती दिवे पाण्यात हेलकावले असते

किती दृश्यांची हत्या होते
एक घाव चुकला म्हणजे

रंग आकार आणि शब्दांशी वैर घेऊन
सर्जनाच्या अंधुक वाटेवरून कोण धावलं?
निजलेल्या स्वप्नांचे हात तुडवून
कोण सुसाट निघून गेलं?

दगडात डोळा कोरणाऱ्या हातानं
कुणाचं काय बिघडवलं होतं
की अशा अवेळी
डुचमळत्या पाण्याचं
एक ओलं मडकं फुटून गेलं

सगळी माणसं कवितेच्या गुहेत थांबतील

सगळी माणसं
कवितेच्या गुहेत थांबतील
म्हणून
गर्द झाडीतून घुसमटून
ही छोटी वाट शोधली
प्रत्येकानं आपल्या भाषेतून

भाषेच्या पाण्यात सूर मारणाऱ्या
निष्पाप मुलांना
आकाशात जमिनीवर आणि पाण्यात
सगळीकडे
प्रेम आणि विश्वासाची
लहर जाणवली असेल
म्हणून
सगळ्या दिशांनी
काही माणसांनी जंगल
कापत आणलं गुहेपर्यंत
डोहापर्यंत आणि
श्वासापर्यंत
तरीही
आरसा तडकला नाही
भिंतीवरचा
पाठीवर पाण्याचा ओघळ असेल
वाटून

सापाच्या पिलाला
नकळत सरपटू दिलं अंगावरून
या पाण्यातून बाहेर पडलो
तर जीव गुदमरून जाईल
म्हणून
आपापला डोह सांभाळला आजवर

आता इतक्या दूरवर आल्यावर
वाटतं
की कुणी एकट्यादुकट्यानं
कविता लिहिली असती तरी
ठीक होतं
एवढ्या चिरफाळ्या उडाल्यावर
आता सगळी माणसं
कवितेतून रस्त्यावर येतील
सगळी या लांबच लांब फलाटावर झोपतील
सगळी माणसं हसतील
सगळी माणसं
एकदाच डोळ्यातलं पाणी लपवतील
असं होत नाही
असं होत नाही
की
सगळी माणसं
शहराबाहेरच्या रानातल्या
झाडांखाली बसून
आपापल्या डोहासारखी
आपापली कविता सांभाळतील
एक कवी दुसऱ्या कवीच्या खांद्यावर
विश्वासानं हात ठेवील
असं सगळ्या भाषांमधे होईल
असं होत नाही

गुरुत्वाकर्षण आहे कवितेचं

गुरुत्वाकर्षण आहे कवितेचं
नाहीतर निसरड्या
पहाडांवर
असं पाय रोवून उभं राहता
आलं नसतं

इतक्या दूरवर राहून
धीराचा शब्द देता आला
डाव मांडता आला
इतक्या दूरवर राहून
डावात मी लगोरी हरलो
धप्पाकुटीत पाठ सोलून घेतली
सगळे पराभव झेलून
तुझा हसूआसूचा चेहरा पाहिला

मी तुझ्या पोरक्या आयुष्याच्या सिनेमात
लाडक्या बापाची भूमिका वठवली
तुझ्या केसांना तेल लावून दिलं
तुझ्या किणकिणत्या हाताच्या निरोपाला
टिपं न गाळता डोळेभरून साठवून ठेवलं
अंधाराची सवय होती
म्हणून तुटलेलं रीळ धडपडून जोडलं
आणि झरोक्यातून
नदीपार जाणाऱ्या हिंदकळत्या बैलगाडीत

मी तुझा
आणि तू गावाचा
उदास चेहरा पाहिला
जुन्या माणसांच्या आयुष्यातलं
रीळ तुटतं कसं
आणि जोडल्या जातं
तेव्हा चाक पुन्हा धावतं कसं
हे समजून घ्यायला
माझ्या मुला,
गुरुत्वाकर्षण पाहिजे कवितेचं
ती गुगल सर्च इंजिनच्या
आवाक्यातली गोष्ट नाही.

पिंजरा

हा धागा जुळत नाही
हा धागा तुटत नाही

ही आग पुरती जळू देत नाही
हा बर्फ पुरता वितळू देत नाही

ही पाखरं फांदी धरून ठेवत नाहीत
ही पाखरं धड उडून जात नाहीत

मग वाळलेल्या गवताच्या
काड्या सांडतात कशा
माझ्या अंगणात?

कुणाची गोष्ट असते ही
आणि कोण सांगणारा असतो?
आपल्या कुबडावर
कुठल्या म्हाताऱ्यानं वाहून नेलाय
दुखऱ्या गोष्टींचा पिंजरा
आणि
मुठीत मावेल मऊशार
अशी चिमणी कुठे हरवली?
आता हा रिकामा पिंजरा
कुठवर हिंदकळत राहील?
आणि कधी धीर धरून उठेल
माझ्या हाडांच्या सापळ्यात
बसलेला
करुण माणसाचा मेणाचा पुतळा?

हे माझ्यातलं मुंगूस

भरवस्तीतून
एखादं मुंगुस नाहीसं होतं
तसं गलक्यातून
नेहमी आपलं भुयार गाठलं

काळजात नेहमी भाषेचा गलका सांभाळला
बिळातून जमिनीवर डोकं काढून
शाळेत जाणाऱ्या सगळ्या मुलामुलींना
किलकिलत्या डोळ्यांनी मला
सर्जनाचे आशीर्वाद द्यायचे होते
नेहमी रस्त्याकडे डोळे लावून बसलेल्या
जर्जर माणसाला
मला शकुनाचं
लालबुंद तोंड दाखवायचं होतं
माझ्यावर अहंकारी असण्याचे
आरोप झाले
तेव्हा शपथेवर मी
कवितेचं रमल मांडण्याची
रीत शिकत होतो मनातल्या मनात
मी नेहमी भुयाराच्या रस्त्यावर
मिणमिणता प्रकाश सांडून ठेवला
की माझ्या अंधाऱ्या घराची
तुम्हाला वाट सापडावी
वात विझल्यावरचा कडवट धूर ओलांडून
मी तुमच्या गलक्यात येऊ पाहतो पुन्हा

पुन्हा वाट पाहतो
की एक झगमगती वस्ती ओलांडून
तुम्ही याल
माझ्याकडे तुम्हाला दाखवण्यासारखं
आणि देण्यासारखं खरंतर काहीच नाहीय्
पण प्रत्येकाच्या मेंदूतल्या अंधारात
चमकणाऱ्या काजव्यासारखं
माझ्या भुयारातल्या भिंतीवर
मी लिहून ठेवलंय की
कवितेतल्या माझ्या नक्षत्रांनो
मरेपर्यंत मिटू देणार नाही तुम्हाला
या भाषेच्या अवकाशातून

अंधारात विझून जाणाऱ्या स्टेशनसारखा

मी
अंधारात खिन्न उभ्या स्टेशनसारखा
घरांना मागे टाकत
डबडबत्या डोळ्यांना वळसा घालून
थकलेल्या पावलांनी येणाऱ्या
दुःखाच्या आगीनगाडीला
थोडा वेळ थांब म्हणणारा

दुरून आलेल्या दुःखाला
कवेत घेणारा
स्वतःच्या पाऊलवाटेचा जुना तुकडा
स्वतःच्या शरीरावर टांगून
स्वतःवर निराश घाव घालत
हे दुःख गती घेऊन निघून जाईल
अशी स्वतःचीच समजूत घालणारा
शून्य डोळ्यांनी हलत्या प्रकाशाची
एक लांबच लांब आठवण
सरपटत निघून जाताना पाहणारा

मनातल्या मनात
दूर जाणाऱ्या आईसाठी
किंवा हलत्या दुःखासाठी
निरोपाचं गाणं म्हणणारा
उरलेसुरले दिवे गेल्यावर
अंधारात विझून जाणाऱ्या स्टेशनसारखा

पाण्याला तोंड लाव चिऊताई

बाई
चिमणीबाई
आवर सावर
ही आदळआपट
तडफड फडफड
ही अविरत टकटक
आरशावरची

तुझ्या चोचीत दिसणारं
रक्त पाहून
प्रेम नावाच्या जादूची
भीती वाटते

तहान भागव
निदान गळ्यातली
पाण्याला तोंड लाव
चिऊताई

स्वप्नांच्या लिपीवर
सांडणाऱ्या शाईसारखा
काळोख पसरतोय आता

वाळलेल्या गवताच्या काड्यांनी
घरटं नको सजवू घाईनं

बाई
चिमणीबाई
आरसा झाकून टाक

अंधाराचं बोट धरल्याशिवाय
आरशाच्या कैदेतून सुटका नसते
कोणाचीच

कोणत्या विहिरीतलं पाणी रिचवलंस

सुकलेल्या डोळ्यांनी
खिडकीतली पडझड पाहिलीस
आणि खिडकीबाहेर
अंधाराचा अनंत पडदा

दिवा कलंडला
काचा विखुरल्या
धक्का लागून

कोणत्या विहिरीतलं पाणी रिचवलंस
कधीही
तुझ्या कंठातून
शिव्याशाप नाही उमटले आजवर

पिलं गमावलेल्या
बेचैन मांजरीला
धडपडून निसटायचं
होतं गजांमधून

कुठल्याही जीवघेण्या दृश्याचा
साक्षीदार झाल्यावर
अटळ असतं स्वत:शी बोलणं

जा मांजरीबाई
झेपाव
आणि मार पंजा काळोखावर
निष्ठूर अंधाराला जाब विचार

म्हणावं की
माझे आंधळे मासाचे गोळे कुठायत?

मातीच्या गोळ्यानं
तोवर मी टिपून ठेवीन
फुटलेल्या काचांचे कण
मी तुला आणखी जखमी होऊ देणार नाही

जमीन आणि पाण्याच्या दरम्यान

जमीन सोडून
पाण्यात घर वसवता येत नाही
पाणी सोडून
जीवाची कुडी सांभाळता येत नाही
तू जीव टाकलास
ते सोनेरी मासे पाण्याच्या काचेतून
तुला पाहतात
पाण्यात पडलेल्या
तुझ्या हलत्या चेहऱ्यात
त्यांची भिरभिर दिसते
भाषेला पर्याय म्हणून
आणि दिसतात डोळे
दिसतात इवलाले पंख
आणि तू दिसतेस
भाषा असून टिपं गाळत
माझं पाण्याशी जन्माचं नातं आहे सांगणारी
तापलेल्या मातीत
मडकं फुटून जावं
तशी वाफ होते प्रेम नावाच्या जीवघेण्या जादूची
नंतर
माणूस
झाडाआडून घरट्याच्या भोवती
काय हालचाल होते याची चाहूल घेतो
संध्याकाळी पाण्यावर आलेल्या

एकट्या जनावराच्या डोळ्यात
समदु:खी सल शोधतो
एखादी जादा घिरटी घातली
कुणी पंख फडफडून
तर वाळलेल्या काटक्या आणि कापसाचे पुंजके
विखरून ठेवतो
अखेरच्या बसमधून उतरलेला
अखेरचा प्रवासी पाहून घेतो डोळाभरून
आणि एका अशा जगात परत फिरतो
जिथं
दु:खाची ओळख नसल्याचा अभिनय
खरा मानला जातो
जगाची पर्वा नसल्याची हाकाटी
खरी मानली जाते
दिवस तर मावळतोच आणि
पहाडामागे दगड घरंगळतो एकदाचा
खिडकीतून मूठभर चांदण्या दिसतादिसताच
डोळ्यातलं मीठ वितळायला लागतं
मायेच्या भुकेल्या हातांनी
सोनेरी माश्यांना टाकलेल्या
राजगिऱ्याच्या कणांमध्ये
दडून राहतं प्रेम
प्रेम
जमीन आणि पाण्याच्या दरम्यान
न संपणारी कहाणी असतं

काजव्यांसारखं प्रेम उडून जातं अचानक

कापूर नाही नाही पारा
दु:ख असं तळहातावरून उडून जात नाही
शब्द स्वर आणि रंगांच्या विळख्यात सापडलेल्या
माणसामागे नेहमी एक अरण्य धावत असतं

गतीची ओढ संपत नाही धाप लागून
छाती फुटली तरीही
आणि कारणाशिवाय मागं वळून पाहण्याची
आस सुटत नाही आजन्म
डोळ्यांवर विश्वास असून भागत नाही
आतल्या झऱ्यांवर ताबा नाही राहत आपला

पाण्यात चेहरा विस्कटत नाही निव्वळ हेलकावून
जिवाभावाचा एक मासा निसटतो कायमचा
ओंजळ रिती होते पुन्हा पुन्हा
पुन्हा पुन्हा माणूस प्रेम करतो

वाऱ्याचं पान आणि उजेडाचे कवडसे
धरता येत नाहीत हाताच्या खळग्यात
भ्रम असतो लखलखत्या काजव्यांची
मूठ असल्याचा लहानपणी
बेसावध क्षणी उडून जातं
काजव्यांसारखंच प्रेम आयुष्यातून
बहाणा असतो हातावर तीळ असल्याचा
खरंतर दु:ख असं तळहातावरून उडून जात नाही

तुझ्या कपाळावर लिहिलेली गोष्ट

उच्चारण्यासारखं आपल्या नात्यात
काय आहे?
वैखरीवाचून स्पर्शावाचून
दृष्टी मिटवून
तू मला काही सांगू शकशील का?

बघ मी आतल्या आत स्वत:ला
मिटवून घेतलंय
तुझे धातूचे हात माझ्या गळ्यात आहेत
तुझं सगळं शरीर
अशा अद्‌भुत धातूसारखं जाणवतं
की आतली आग
त्वचेपर्यंत पोहचत नाही
आतला भयानक गारठा
त्वचेवर शहारा उमटवत नाही
आतलं वादळ
तुझ्या अस्तित्वाचं झाड
झुलवत डोलवत नाही
थडकत नाही तुझ्या डोळ्यांतल्या काठावर
भडकलेल्या समुद्राच्या आत उसळणाऱ्या
भयकारी लाटा

तुझ्या कपाळावर लिहिलेली
हरवलेल्या पक्ष्याची गोष्ट वाचता येत नाही
ओठांनी पुसूनदेखील टाकता येत नाही

आपल्या नात्यात
उच्चारण्यासारखं काय आहे?

मी स्वत:ला मिटवून घेतलंय
ही हाताची मूठ उकलली जाईल
आणि तुला वेढून टाकणाऱ्या
वाहत्या झऱ्यासारख्या सगळ्या दिशांनी
तळहाताच्या रेषा वाहतील

भोवतालच्या अंधारातून
वेचलेले काजवे
तुझ्या दिशेनं उधळले जातील
ही बंद मूठ उघडली जाईल
आणि तुझ्या स्वप्नात
फुलं सांडतील
ही बंद मूठ उघडली जाईल
आणि पाण्यातून फेकला गेलेला
एक मासा
किलकिलत्या डोळ्यांनी
तुझ्याकडे पाहील

वैखरीवाचून स्पर्शावाचून
दृष्टी मिटवून घेऊन
तुझ्यासाठीच्या तडफडीची
ही क्षणचित्रं हवेत भिरकावून
मी निरोपाचे हात हलवतो

आपल्या नात्यात काही उच्चारता
येत नाही
आणि तुझे हात तर धातूचे आहेत
बर्फाचे नाहीत

आगीची आच लागू देणार नाही

तुझ्या डोळ्यांत खोलवर
तडफडणाऱ्या माश्याला
मी कायम पाठमोरा राहीन
तुझ्या डोळ्यांतल्या पाण्याला
लागू देणार नाही
माझ्यातल्या आगीची आच
तू निर्भय होऊन सांभाळ
दाट झाडीनं वेढलेलं
तुझं केवळ तुझं असणारं
गहिरं सरोवर

मी झाडाचं वाळलेलं पान होऊन
पडणार नाही
फूल होऊन उगवणार नाही
मासा होऊन भिरभिरणार नाही

कागदी होडी कशी करायची
तेही मी विसरून गेलोय

आपल्या जुन्या दिवसांचं बोट धरून
मी सूर्यास्त पाहीन निर्मनुष्य टेकडीवरून

घिरट्या

मृगजळाच्या तरंगत्या लहरी
नदीच्या काठावर कोसळल्यात
अंधार पसरलाय कोरड्या पात्रावर
की अंधार जिवंत झाल्यासारखी
ही दूरच दूर पसरलीय मऊ थंडगार वाळू?

चंद्र झाडीतून थोडासा वर आलाय
विजेरीतून निळसर झोत सोडलाय
की अदृश्य होऊन दूरच दूर वाळूवर
कुणी विरळ निळसर धुकं फुंकलंय?

वाळूत कुण्या दुःखी कलावंतानं रचलेली
आकृती आहे वाळूचीच
माझी सावली पडलीय वाळूवर
की तू आहेस गाढ निजलेली?

निळसर प्रकाशात फांद्या पसरलेल्या झाडातून
कोण खिन्न फडफडलं?
कोण खाली झेपावलं वेगानं?
तुझ्या अंगावरचं तलम झळझळतं
आवरण मी उचललं
माझ्या हाताची पक्ष्यासारखी आकृती झाली
आणि मी कळवळून वर उडालो
की अर्धवट निजलेलं एक स्वप्न दचकलं?

पक्षी हरवलाय
आणि पंख स्तब्ध ठेवून मी तुझ्याभोवती
गोलाकार फिरतोय आकाशात
की दु:ख घिरट्या घालतंय?
तारा तुटलाय आकाशातून
की पाण्याचा थेंब निखळलाय डोळ्यातून?

काजव्याएवढा उजेड

नात्यांच्या घनदाट अरण्यात
काजव्याएवढा उजेड शोधत
वर्षानुवर्षं भटकल्यावर
तुझे शब्द उमटले

हे झाड ही सावली तुला देईल
ज्याच्यासाठी हे होतं
त्याच्यापर्यंत माझे शब्द पोहोचले नाहीत

मी तर थकलोच होतो
जे दिलंस त्याबद्दल मी कृतज्ञ आहे
माझं हावरेपण संपलं नाही
मी सावली पानं फुलं मागितली
फांद्या फळं मागितली
ते तू दिलंस सगळं
माझी तुझ्यावरच्या हक्कांची जाणीव बळावली.
आता इतक्या वर्षांनंतर मला जाणवतंय
मी निव्वळ ओझं होऊन राहिलोय झाडावर
आणि जाणवतंय
ही जमीन हे झाड आपल्यापासून
मुक्त झालं पाहिजे

आई ठरवून दूध तोडते लहान मुलाचं
तेव्हाचा कोलाहल माझ्यात आता आहे

शपथेवर सांगतो
मी ओढून नेईन लवकरच
झाडावर लोंबकळणारं
माझं अभद्र कलेवर

तहान

आपल्या आदिम शक्तीनं
दु:खाचा डोंगर सरकावून
तू दाखवलास
स्वीकाराचा प्रदेश

मी हुंदडलो बेभान
निरंग पाण्याच्या झऱ्यात
ओठ बुडवून भागवली तहान

भूतकाळ भिरभिरला पक्ष्यासारखा
डोळ्यांसमोर झुलत्या फांद्यांवर
दोघांचाही
तेव्हा अंधारात रडलो
एकमेकांना कळू न देता

मी समजून चुकलो
न संपणारा पाठशिवणीचा खेळ
एकमेकांच्या मिठीत
देहाचा स्पर्श नाही
जाणवला केवळ
जाणवलं आपलं अनादी एकटेपण
जाणवली
आपल्या असण्याची मर्यादा

केवढा भयाण आहे
काळ आणि आयुष्याचा रेटा
आणि केवढी दूर आहे मरणगुहा

हा प्रदीर्घ प्रवास संपत नाही तोवर
याच प्रदेशातल्या झाडांखाली
विसावू दे माझी थकलेली, नकोशी पावलं

मी हे शरीर वेगानं कोसळू देईन

सांडलेल्या प्रकाशाचा
आणि झाडाच्या पसरत जाणाऱ्या सावलीचा
तोल साधत तू आकाशाकडे डोळे लावतेस
हरवलेलं काही शोधण्यासाठी

ते तुला आणून देण्यासाठी
मी भिरभिरतो स्वप्नातल्या आकाशात

मी उंचावरून अंधार प्रकाशात
मधोमध विभागलेल्या तुझ्या देहाकडे पाहतो

मी गरगरतो तरंगतो अगदी झाडाच्या वर
आणि माझ्या पंखाच्या सावलीत
तू पूर्ण अंधार होतेस

मी तडफडून दिशा बदलतो
थोडंसं खाली उतरतो पंख स्थिर ठेवून

आता अर्ध्या प्रकाशात
तुझ्या छातीवर
दिसतो वाळूचा खोपा
दिसतं खोप्यावर ठेवलेलं
इवलंसं जांभळं फळ
जे उष्टावलंय कधी माझ्या नि पिलांच्या
चोचीनं

बघ बघ पिलांना पंख फुटले
आता तीही हरवून जातील
आपलं आकाश शोधण्याच्या
अपार आकर्षणाच्या वेगात
ती क्षितिजापार जातील

तू एक हाक दे या ताटातुटीच्या
आणखी एका कोसळत्या क्षणी
मी हे शरीर वेगानं कोसळू देईन
झाडावर
गच्च पानांच्या गर्भातून
मी नवा होऊन जमिनीवर कोसळेन

आणि अंधार प्रकाशात
कपाळावर ठणकणाऱ्या
तुझ्या दुःखावर
मी अलगद ओठ टेकवीन

शेवटची भेट

राखेच्या भांड्यात धूर नाहीय्
अर्ध्यावर विझवलेल्या सिगारेटी कोंबल्यात
जमिनीवर फाडलेल्या मजकुराचे तुकडे आहेत
भिंतीवरचा फोटो टेबलावर झाकून ठेवलाय
त्यावर चार दोन थेंब पसरलेले दिसतात ओलसर
दोन अर्धवट संपवलेले कॉफीचे ग्लास आहेत
पांढऱ्या लिलीची फुलं पडली आहेत फरशीवर
खोलीचं दार सताड उघडं आहे

फाटकापासून वाळूचा रस्ता आहे नदीपर्यंत
चार पावलांचे ठसे दिसतात सोबत चालल्यासारखे
वाळूवर लांबपर्यंत पडलेल्या सावलीसकट
एक झाड आहे किनाऱ्यावर मावळत्या प्रकाशात
त्या सावलीत थबकलेले दिसतात
समोरासमोर उभं राहिल्यासारखे चार ठसे पावलांचे
मग अफाट पाण्यानं दुथडी भरून वाहणारं
नदीचं पात्र
झाडापासून पाण्यापर्यंत गेलेले
सूर्य विझल्यावरचे रंग अंधूक होतायत्

पाणी वेगानं वाहतंय
त्यावर कसलीच खूण नाही
आपल्यासोबत काही घेऊन गेल्याचा
ठसा नाही कुठलाच
पाणी वेगानं वाहतंय

एक पक्षी भिरभिरत्या डोळ्यांनी आर्त ओरडतोय
जिवाच्या आकांतानं रडल्यासारखा

प्रेषित

लहानपणापासून एक हात येतो स्वप्नात
सापानं चावा घेतल्यावर पैसे मागत फिरणारा
एक काळानिळा रक्ताळलेला कोपरापर्यंतचा हात
आता या वयात कुणाला काही न मागता
मी कुणा कुणाचा दंश घेतो मनावर
कुणाकुणाचं विष वाहू देतो माझ्या रक्तातून
मला जिवंत ठेवतो एक अदृश्य विषपुत्र
म्हणतो ओढ आणखी शोषून घे
शक्य होईल तेवढं त्यांना विषमुक्त कर
मी थकतो कधीकधी पण थांबत नाही
कधीतरी माझंही विष तडफडतं आणि सळसळतो दात
कुणालातरी दंश करण्यासाठी
पण अंधारातून शब्द येतात
म्हणतात आवर तुझ्यातलं विषारी जनावर
थांबव आणि परत फिरव मनाच्या अंधाऱ्या गुहेत
डोळे मिटून घेतल्यावर दिसतो
गारुड्याच्या वेषातला हात पुढं करणारा प्रेषित
मी त्याला कडाडून दंश करतो
त्याच्या रक्तातून माझं विष वहायला लागतं
आणि माझ्या डोळ्यातून पाणी

आतल्या आत आपण एक झाड सांभाळतो

आतल्या आत
आपण एक झाड सांभाळतो
मग पाचोळा
आपल्या आत साचत राहतो
खिन्न फांद्या सांभाळायचे
दिवस येतात
वाटताना फार प्रदीर्घ वाटतं
पण फार भराभर
पालटून जातं आपल्या वाट्याचं हिरवेपण
ओंजळभर पाणी तर
कुणाच्याही आत मरेपर्यंत
टिकून राहतं
शरीरावर वीज कोसळली
तरी झाड तग धरून राहतं
आतल्या सगळ्याच गोष्टी
तग धरून राहतात
आपल्याला हवं असलेलं
आणि नको असलेलं
सगळं आत साचून राहतं
बाहेर गोठून टाकणारा गारठा वाढतो
आपले हात बर्फाचे होतात
नाहीतर स्वत:च्या हातांनी
या दुखऱ्या पाचोळ्यावर
एखादी ठिणगी टाकण्याचे
मनसुबे रचता आले असते

मोलाची एकच गोष्ट

कुणाची किती यात्रा राहिली
कुणाचा किती प्रवास राहिला
कुणाचे किती दिवस शिल्लक राहिले
याचंच नाही
तर कशाचंच काही गणित
मांडता येत नाही
पण काहीतरी संपत आल्याची
घंटा घणघणत राहते
अंधाराचा पारा चढत राहतो
तसतशी एक पाल चुकचुकते
मनात
गर्दी होते राहून गेलेल्या
बिनमोलाच्या गोष्टींची
मोलाची एकच गोष्ट
असावी उशाला जाताना
अद्‌भुत शब्दांचं एक गाठोडं असावं लहानसं
आणि ही काही वारसाहक्काची संपत्ती नाही
कुणीही घेऊन टाकावं
कुणीही बघावं की यातली एखादी चिमूट
उचलून आपल्या दु:खावर फुंकर मारता
येते की नाही
मी हाडामांसाचा माणूसच आहे
माझ्यातून वाहिलं आहे पापाचं विष
माझ्या शब्दांनी भूल घातली नाही दु:खावर
तर लाकडांसोबत माझं गाठोडं माझ्या उशाला ठेवा
माझी कवटी माझे शब्द
फुटू द्या भडाडत्या अग्नीच्या बेभान नृत्यात

घर

हे घरही आपलं असतं
ते घरही आपलंच
मग इकडून तिकडे
तिकडून इकडे
जी सतत जाणवते
धडधड धडधड
ती काळजातून उमटते
की आगगाडी असते धावत?

याच हातांनी फुटते घागर
याच हातात उमलतात फुलं
मग वेडीवाकडी
रेषा दिसते तळव्यावर
ती कुठली दिशा दाखवते
कुठल्या दशेचं भाकित करते?

दारातलं तोरण सळसळतं
आकाशात टिटवी भिरभिरते
मग सतत फडफड फडफड
झाडातली कावळ्यांची
कुठं हरवते
आणि
आपलं माणूस येण्याचा
शकुन विराणीतून कसा हरवतो?

संतापाचं बेभान पिल्लू

गद्दारीची गोष्ट नाही
मित्रा
थोडीशी लपवाछपवी
केल्याशिवाय
करुणेचं गाठोडं वाहता येत नाही या जगात

आपण खोटे आहोत
आपण एक कोरडी विहीर आहोत
आपला धंदा बेकार आहे
आणि आपण पराभूत आहोत
असं वारंवार ओरडून
आपण बिथरून जाऊ
हा त्यांचा अंदाज चुकवता आला पाहिजे

आपल्या संतापाचं बेभान पिल्लू
कोंडता आलं पाहिजे
अंधार कोठडीत

तू तर असा पारदर्शी
काचेच्या देहाचा कवी
तू भेटशील त्याला
तुझ्यातली दारू
रक्त साखर आणि
मीठ वाहताना आरपार दिसतं

आपण नाही शोधलेलं
पूर्वापार चालत आलेलंच
एक सत्य वचन आहे आधाराला
की मिठाचं नातं इमानदारीशी
जोडलेलं आहे या जगात

वेस ओलांडताना

गावाकडे पाठ मावळत्या सूर्याकडे तोंड
वेस ओलांडताना नजर झुकवून
किंवा अंधाऱ्या झाडावर
वटवाघळासारखं उलटं लटकूनदेखील
आसवांचा ओहळ
नेहमी मातीच्या दिशेनं वाहतो
जिथं
आपल्यातून गळून पडलेली पानं असतात
मृत्यूचा पाचोळा होऊन
जिथं
टिचलेल्या मडक्यात
एक दिवा जळत राहतो
पिढ्यांची मिणमिण होऊन
जिथल्या वाळलेल्या चिखलात
आम्ही सांडलेल्या गुंजाच्या बिया विखुरल्यात
ज्यांच्यावर
जिवलगांच्या बोटांचे ठसे अजून असू शकतात शाबूत
जिथल्या
सुकून गेलेल्या ओढ्यात
वित दोन वित खोदून
एक जिवंत झरा सापडू शकतो
जिथं पाणी डोळ्यांतलं असेल की झऱ्यातलं
त्याच्यासाठी माणूस जनावर आणि पाखरू
परतून आल्याशिवाय राहत नाही

पोरकं आकाश

समुद्र ओलांडणारी
सगळी माणसं ताऱ्यासारखी
तुटून नाहिशी होत नाहीत

आमच्या कपाळावर
पोरकं आकाश गोंदलेलं असेल कदाचित
काळोखात मूठ भिरकावून
चांदणी डकवता आली असती
तर आम्ही तुला विसरू शकलो असतो

मजबुरी असते
इतक्या लाटा थडकतात
पावलांना मागं सारणाऱ्या
तरीही वाटत राहतं
तळव्यांना कुरतडणारा मासा तूच आहेस

जखमी होऊनदेखील
ही रक्ताची ओढ सुटत नाही
फक्त थोडासा पाऊस उरलाय
आमच्यात आता शिल्लक राहिली नाही उन्हाची आच
नाहीतर अखेरचा डाव
मांडून पाहिला असता
कंप सुटलेल्या हातांनी
उन्हाची ओंजळ ओतली असती समुद्रावर
तुझ्यात गोठलेलं मीठ पाणी
वितळावं म्हणून

हलत्या कबरीवर उभं हे घर

एका हलत्या कबरीवर उभं
हे घर कसं तोलता येईल मित्रा
आपल्यावर आरोप होतायेत
एकाकीपणाचं सोंग घेतल्याचे

अपराध केला म्हणूनच फक्त
तोंड लपवलं जात नाही
अरण्य पालथं घातल्यावर काळोखात उभ्या
बापाच्या दिशेनं धावणाऱ्या
पोरासारखीच
शब्दांची अंधारातच वाट पाहावी लागते

खूप चकवे सोसून
मूठभर शब्दांची माळ सापडते
मग तळघरातल्या कहाण्या
फार धीरानं सांगाव्या लागतात

विस्कटलेल्या घरट्यातदेखील
दिवस काढावेच लागतात कसेबसे
खूप काही गमावण्याच्या मोबदल्यात
काळाकडून पंखात ताकद भरून घ्यावी लागते

प्रत्येकाला उडावंच लागतं कधीतरी
आई नसलेल्या आकाशात

आपण अंधारात उभे आहोत
आणि करुणेच्या पाण्याचा आवाज होत नाही कधीच
त्यांना कसं समजावून सांगायचं
आपल्यावर आरोप होतायत्
एकाकीपणाचं सोंग घेतल्याचे

वियोगाच्या झाडावरची शेवटची खूण

वियोगाच्या झाडावरची
शेवटची खूण उडून जाते
आणि गिरक्या घेऊन
एक कासावीस उतरते
पाचोळ्यावर

रस्ते असे अंधारात
वितळून जात नाहीत
उरतात पावलोपावली
चंद्रकोरीचे टोकदार तुकडे

गारठा कापत
भरधाव जात राहते
एक करुण किंकाळी
जळत्या घराच्या दिशेने

काळजाच्या पाण्यात
लाल उजेड
थरथरत राहतो
रात्रभर

निघून जाण्याआधी

अपमानित करणारे
आरोप करण्याआधी
थोडं थांबता येणं खरंच शक्य नाहीय का?

चूकभुलीचा आढावा घेणं
एवढं जिकिरीचं झालंय का खरोखर?

डोक्याखाली हात आणि हाताखाली
उशी तर असतेच
कधीतरी बिछान्याखाली चाचपडून पाहा

धूसर झालेल्या शाईचा
एखादा कागद सापडू शकतो

भोवरा खेळतानाचं एखादं जीर्ण छायाचित्र

पेंच नदीच्या काठावर सापडलेला
पारदर्शी जांभळी छटा असणारा छोटासा दगड

मनसरच्या वाळूतले अभ्रकाचे तुकडे

चावी छाप माचिसमध्ये जमा केलेले
तुझे माझे दुधाचे दात

निघून जा म्हणण्याआधी
थोडं थांबता येणं खरंच शक्य नाहीय का?

दुसऱ्या जगाचं स्वप्न

कुठलं जनावर असा जन्माचा डूख धरून बसतं?
सतत दबा धरून भोवताली कोण वावरतं?
हे दिवस कसे भयंकर कोण त्यांच्यावर मूठ मारतो?
शब्द फुटू नये तोंडावर असा भयाचा सुरा कुठे लपतो?

जाळावर धरूनदेखील तळहात
कापरं न थांबणारा कुठला अपराध असतो?
हातापायावर, पोटावर पाठीवर उमटलेल्या सर्पमुद्रांचा अर्थ
खरंच कुणाला कळणार असतो?

कसली दिसतात ही डोळ्याभोवती वर्तुळं
की सोसलेल्या क्षणांच्या वलयांकित सावल्या असतात?
कुठं असते नजर टाकलेली
की मेंदूत दुसऱ्या जगाची स्वप्नं लवलवतात?

स्वत:ला पाठमोरं होऊन करायचा असतो का
परकाया प्रवेश?

मग कसले विचार कसल्या योजना काय घडते मनात?
भरकटलेला पक्षी होऊन पुन्हा उडावं लागेल का भौतिकाच्या
रानात?

कसा उखडशील कसा सावरशील कशी घालशील स्वत:ची
समजूत?

अज्ञाताच्या जगात कुठला घेऊन जाईल देवदूत?
तोडावं लागेल वलय लय तोडावी लागेल
या मातीचं ऋण मानून एक दिवस निसटावं लागेल

भूमिका

चेंगराचेंगरी होते
तेव्हा तुम्ही तुमच्या हातातलं
मूल सोडून देता का?

आग लागते तेव्हा
बिछान्यातल्या मुलीचं काय करता?

दोन दिवसांचं बकरीचं पिल्लू
हौदात पडतं तेव्हा?

जलाशयाचं स्वप्न उजळण्यासाठी
घाम वाहणाऱ्या माणसाला
गाव सोडून जायला सांगितलं जातं
तेव्हा कोण कोण काय काय करणार असतं?

घरातलं म्हातारं माणूस
नुसत्या रिकाम्या डोळ्यांनी
सगळीकडे पाहत राहतं
काही न बोलता दिवसचे दिवस
तेव्हा आपण काय करणार असतो?

जिला मी माझी ताकद मानतो
आणि हे जग कमजोरी मानतं
ती जिवाशिवाच्या भेटीची आळवणी
करणारी कविता

धूर आणि विष पसरलेल्या हवेत
श्वासासाठी धडपडताना
सगळे कवीलोक काय करायचं ठरवताहेत?

हातातलं मूल
बिछान्यातली पोर
बकरीचं पिल्लू
गावासाठी तलाव खोदणारा तरुण
मरणाची पावसासारखी वाट पाहणारा माणूस
दम तोडणारी कविता
शपथेवर सांगतो
मी कोणाचंच बोट सोडणार नाही

व्हायलीन

मरणाचे विचार लपवू पाहण्यासाठी
दुसऱ्या भाषेची
चाहूल घेणारा माणूस
आपल्या हातांची थरथर
लपवू शकत नाही

''या घामाच्या पैशात
तुमच्या स्वप्नांना
ठिगळ लावण्याची ऐपत नसेल
हे समजून उमजून

माझ्या मागे
मी एक व्हायलीन ठेवू पाहतो''
असं म्हणाल्यावर
भरून येतात त्याचे डोळे

फार थकून जातो
एकट्यानं माणूस
माणूस दुःखाचा पुनर्जन्म पाहण्यासाठी
एक धून शोधतो

रानात गेलेल्या चिमणीच्या माघारी
पिलांना एक अंगाई लागत असेल
म्हणून ही रानोमाळ भटकंती असते
सगळ्यांची

चिवचिव सारख्या
एका शब्दाच्या भाषेवर
उभ्या आयुष्याच्या
सुखदु:खाची वाटणी करतात पाखरं

त्यांच्या कल्लोळांना
एकच अर्थ एका वेळी
एखादा मरून गेल्यावर तर
सगळ्यांचीच गोठून जाते वैखरी

एक व्हायलीन उरतं मागं
जे वाजलं नाही
हयातभर तरी
झंकारत राहतं त्याच्यातून
माणसांच्या समुद्रात
मरून जाऊ पाहणाऱ्या
माणसाचं मन

आपल्याला अदमास घेता आला पाहिजे
मरणसावलीचा
ती ज्याच्या पायाशी घुटमळेल
त्या निसटू पाहणाऱ्या माणसासाठी
एका दुसऱ्या भाषेतील
धून शोधता आली पाहिजे

व्हायलीनच्या गळ्यातला हंबरडा

तोपर्यंत
मुकं जनावर असतं
व्हायलीन म्हणजे

आत्महत्या केलेल्या आईच्या मुलाचं
रडणं जपून ठेवावं लागतं

एकदा झाडावरून खाली पडून
फुटून गेलेल्या अंड्यांकडे
आणि एकदा एकमेकांकडे पाहणाऱ्या
पारव्यांचे डोळे तळहातावर ठेवून पाहावे लागतात

पोटात आग पडल्यावर
आपल्या ताटात गरम भाकरी वाढून
धगीत घामानं डबडबलेला चेहरा पुसणारा
विरलेला पदर
लक्षात ठेवावा लागतो

चिंध्यांच्या रंगीत चिमणीखाली
हसणारा जीव
पाठकुळी मूल घेऊन
धावणारे अनवाणी पाय
माहेर सोडणारी रेलगाडी

हजार दृश्यं रक्तात लुकलुकत
राहतील
आणि समुद्र ओलांडून
मरणदारी पाय ठेवणाऱ्या
पोराचा हंबरडा
व्हायलीनच्या गळ्यातून बाहेर पडेल

तोपर्यंत
मुकं जनावर असतं
व्हायलीन म्हणजे

अवलिया नुसरत

अवलिया नुसरत
आग लागलेल्या अरण्यात
माझ्यातलं हरीण
धाप लागून थकून गेलं आहे

एक आर्त विराणी
म्हणाल
तर सगळी भावंडं
पुन्हा सापडू शकतील

सगळ्या मुक्या जनावरांचे
कल्लोळ
आणि
अपार कळवळा दाटून येतो
तुमच्या हाकांमधून

ईश्वर
उगीचच कुणाचंही बोट धरत नाही,
अवलिया नुसरत

तुमच्या ओंजळीतून
मला थोडं पाणी हवंय

तुमचा रियाज झाल्यावर
तुमच्या अवतीभोवती
थोडं हुंदडायचंय

हे सगळं मनातलं
उच्चारण्याआधीच
तुम्ही देवाच्या चांदण्यात हरवून गेलात
किती डोंगरदऱ्यांचं अंतर आहे
माझ्यात नि तुमच्या कबरीत
हा फुलांचा दरवळ हिमालय ओलांडून येतोय्
अवलिया नुसरत, एक विराणी ऐकू येतेय

पोरक्या मुलासाठी

स्टिफन झ्वाईगच्या
मेलेल्या मुलाच्या आईला
जळत्या मेणबत्त्यांची थरथर झाली प्रेताभोवती
तरी
आपला गोड पोरगा हालचाल करतोय की काय
असं वाटतं क्षणभर

दुसरा क्षण
पावलांचा आवाज न करता
दुःखाचं दार ओलांडण्याचा असतो

आणि नंतरचे सगळे क्षण
सगळे दिवस
सगळ्या रात्री
चिंध्यांच्या बाहुल्याला
दूधभात खाऊ घालण्याचे फक्त

काळोख झाला
की प्रेताखालची माती
उजेड झाला
की कफन

दरम्यान
भरडलेल्या ज्वारीचे दाणे
मातीच्या भांड्यात पाणी
चिमण्या आणि कबुतरांसाठी

आणि एक रंगीत फुगा
दारात उभं राहून
सतत काळोखाकडे बोट दाखवणाऱ्या
पोरक्या मुलासाठी...

सायकल

एकाच खिडकीतून
आपापले मावळते सूर्य
पाहावे लागतात
बाबूजी
उताराची वाट असल्यावर
तर
स्वप्नच काय
घरही मावळून जातं टेकडीवर दूर दूर असलेलं
आपण गिरक्या घेतो असंख्य
पण सडक अशी
की
नेहमी नेहमी आणि शेवटीदेखील
दु:खाच्या थांब्यावर संपून जाते.

तुमच्या पायातली
भिंगरी तुटली अचानक
आणि माझ्या आत
मनीमानसी नसताना
एक ट्रान्सफॉर्मर फुटलं
तिन्हीसांजेला

लहानपणी काळ्या शाईची
दौत फुटली होती हातून
त्या काचेचे प्रतिध्वनी
आता ऐकू येताहेत एवढ्या वर्षांनंतर

एवढ्या वर्षांनंतर तेव्हा फरशीवर सांडलेला
किती अंधार चिघळला सगळ्या दिशांनी
अंधारात
स्वत:चा हात अलगद काढून घेऊन
पहिला धडा शिकवला
तोल सावरण्याचा
मला तेव्हा कळत नव्हतं
की पोराच्या
सायकलमागे
धावून धावून
बापाला जन्माची धाप लागते
चाक पहिल्यांदा फिरतं स्वबळावर
तेव्हा तो आनंदाची अखेरची टाळी पिटतो
टाळी विलगते
आणि
जगरहाटी म्हणून
आकाशात सोडून
दिलेल्या कबुतराचे
स्पर्श उरतात
तळहातांवर

माझ्या मुलाला ऐकू येतील कधीतरी
टाळ्या पिटण्याचे आवाज
आणि तो म्हणेल
बाबा मला सायकल शिकव.

काळ्याकुट्ट लहानशा ईश्वराकडून

तेच तेच रस्ते तुडवून
आपले होतात रस्त्यांचे भोवताल
काठ किनारे चढ उतार
सुखदु:खाची वळणं आपली होतात

इतके
की काही वेळा फांद्या फुलं सांडतात
आपल्यावर
डिंक ओघळतो एखादवेळी
झाडाला रडू फुटतं

फुटतात पालव्या
अश्राप नाती उगवतात
जेव्हा शाईपेक्षा काळा आणि
जांभळासारखा गोड पोरगा
बाबूजी मटका खरीदो म्हणतो

नाव विचारल्यावर
म्हणतो राकेस

सगळ्या ऋतूत तग धरतात
चार मेणाची घरं
शेणानं सारवलेल्या
झोपडीच्या दारावर
नाजुक लाल फुलाची कुंडी हेलकावते

मलीन ओढ्याच्या आणि राजरस्त्याच्या
सामायिक काठावरून
रोजीरोटीसाठी फुलांची रोपटी
आणि
गाडगी मडकी विकणाऱ्या
भटक्यांचे बिनतक्रार संसार
वाकुल्या दाखवतात आपल्या झगमग जिंदगीला

राकेस तुझे स्कूल नहीं जाना?
बाबूजी
रोज होता है पौधों को पानी पिलाना
तेरे हात क्यों हैं इतने काले
देखो ये सारे मटके मैंने ही रंग डाले

तहान भागवणाऱ्या मातीच्या भांड्यांशी
आणि फुलांचा जीव जपण्याशी
एकरूप झालेल्या पोराला
गुरुजी तुम्हाला कोणता धडा शिकवता येईल?

शिकवण्याचा हट्ट सोडून
मी काही शिकू पाहतो
पावसात डोकं फुटलेल्या
लहान भावाच्या माथ्यावर तुटकी छत्री धरणाऱ्या
छोट्या राकेशकडून
कडाक्याच्या थंडीत
सूर्य उगवायच्या आत
अंतहीन अंगण खराट्यानं झाडणाऱ्या
उन्हाळ्यात
पाण्यानं गच्च भरलेली
बारा मडकी ठेवलेला
गाडा ढकलताना
धाप लागून घामानं डबडबलेल्या कष्टाळू पोराकडून
पहाटेच्या अंधारात

शेकोटी करून एकट्यानं गाणं म्हणत बसलेल्या
धक्का लागून
चहाची बशी फुटल्यावर
भाजलेल्या हातांना छातीशी घेत
आईकडे मलूल पाहणाऱ्या
राकेश नावाच्या विठ्ठलासारख्या काळ्याकुट्ट
लहानशा ईश्वराकडून
मी खूप काही शिकतो

आग लपवण्याचं रूपक होतं

पाचवीला पुजले नव्हते
नव्हते लिहिले सटवाईनं कपाळावर
तरीही
मोडून पडण्याचे दिवस होते
आयुष्याच्या पावलापावलावर

जन्माचा डूख धरते
दु:खाची धामीण
मग जन्माला येतं
कवितेचं करुण संगीत

बरं झालं बाई
नाहीतर कुणाच्या वाट्याला
अशी यात्रा आली असती

उजाड रानमाळांच्या पल्याड
पिचलेल्या आयुष्याचा
पांग फेडता आला
आणि भाषेच्या ओटीत
पसाभर फुलं टाकता आली

किती जीवघेणं होतं
झाडांच्या अंधारातून
शापित पाखरांची कावड वाहताना
तुला पाहणं

पोरक्या पोरांच्या केसांमधली
धूळ चिकटते बोटांना
आणि कवितेच्या बेटावर
किती प्रवासी थडकतात अचानक

मातीचे हात होते तुझे
धूर होता चुलीवरचा
राखेतल्या निखाऱ्यांनी
तळहात गोंदले होते कितीदा
तरीही धमक होती
पोरवय विसरून
धुरानं डोळ्यात पाणी आल्याचा
बहाणा करण्याची

एक भरलेली विहीर
कद्रू होऊन म्हणते
माझी घागर मला परत दे
तिला कळत नाही
की घागरीच्या गळ्याभोवती लपेटलेल्या
मायाळू हाताला
लहान मुलाच्या लाळेतून सांडलेल्या
दुधाचा वास असतो व्यापून

एखादा गच्च भरलेला 'डुबुक' आवाज
मनात उमटतो
मागं वळून पाहण्याचे दिवस संपून जातात
आणि
लांबवर पसरलेलं रानमाळावरचं गवत
करडं होऊन जातं

परडीखाली झाकून ठेवलीस
पळसफुलांची फांदी
आग लपवण्याचं रूपक होतं

पळसाची पानं खुडलीस भराभर
जळत्या फुफाट्यात
अनवाणी माणसांच्या पावलांचे ठसे होते

एक दौत कलंडते बाई
एक निळी नदी वाहते
भाजलेल्या पावलांच्या दिशेनं

आयुष्याजवळ उच्चारला नाहीस
तक्रारीचा सूर
खाऊ विकणाऱ्यापर्यंत
न पोचलेली
एक चुरगळलेली नोट सांभाळलीस
पदराच्या गाठीत

सगळ्या अपघातांवर
माती लोटून आल्यानंतर
कवितेचा पदर असतो शिल्लक
ज्याचा बोळा तोंडात कोंबून
आतल्या आत थोपवता येतो
पृथ्वीच्या पोटातून येणारा
अनिवार हुंदका

डोंगर पायथ्याशी निमूट बसलेली
वस्ती आली वाट्याला
आणि पुरून उरली एवढी
की दिवस कलण्याची वेळ
आता दूर नाही

मला जायचं नाही इथून
तुझी धुळभेटीची कविता वाचल्याशिवाय

थकलेल्या हातांनीच लोटावा लागतो
निराशेचा दगड
आणखी एका सोनपाखराच्या सुटकेची शपथ
मोडता येत नाही कवीला
मरेपर्यंत

परत न करण्याच्या बोलीवर
प्रेम देणाऱ्या जमातीत
आपण जन्माला आलो आहोत

मुक्या माणसांच्या
आतल्या कहाण्यांची दुःखलिपी
नकळत शिकवलीस तू

आता मला कळतं
सगळ्यांसाठी किती एकटं व्हावं लागतं
आणि एकट्यात
किती गर्दी सांभाळावी लागते चुपचाप

खांदे तर भरून येतातच
हे ओझं ही यात्रा
आपण आपलीच निवडलेली
पण पाऊलवाट सापडली अशी
की शेणामेणाचं घर
वाहून गेलेल्या माणसांसाठी
उभी राहिली
ही इवलीशी वस्ती

ही रानवाट
ही गंगेची कावड
ही मृत्यूची दरी
ही गोधूळ
पुन्हा तुला खुणावेल

पळसाच्या पानांचा
एक फडफडता दिवा
नदीमायच्या कपाळावर ठेवून
तुला अजून काही सांगता येईल

तुझी धुळभेटीची कविता वाचल्याशिवाय
मी इथून जाणार नाही

मिठाचा खडा

आपापल्या रुग्णालयातून
आपण आलो आहोत
या गर्दीच्या भयाण रेल्वे फलाटावर

आपले डोळे
येऊ नये असे वाटणाऱ्या गाडीकडे लागलेत
पण आपण
एकमेकांना आतल्या दु:खी डोळ्यांनी पाहतोय

तू घड्याळ रूळ गर्दी
आणि स्वत:च्या पावलांकडे पाहतोस
मी हे काहीच पाहत नाही
असं तुला पाहतो

दरवेळी तुला काही न देता
मी पाठमोरा झालो
लाख ठोकरा खाऊनदेखील
तू कोणाला काही मागितलं नाहीस

माझ्या खिशात काही पैसे आहेत
अन् तुझ्या हातात
माझ्यासाठी आणलेलं
भाजीभाकरीचं एक इवलंसं गाठोडं–
अभावांच्या यातनेतून
उमटलेला संताप

वाहत्या पाण्यात
लाकूड धरण्याची धडपड
सगळं घर तोलणारं
झाड कोसळल्याचं भय
या या म्हणणारे कोवळे हात
जाऊ नकोस म्हणून डोळ्याला लावलेला पदर
ही किंकाळी हा धूर
या धडधड धडधड सांभाळणाऱ्या
रुळांच्या लांब लांब धावत्या रेषा
सोड
सोड आता
सांभाळू दे
या पाठमोऱ्या डोळ्यात
तुझ्यासाठीचा
मिठाचा खडा

भ्रमाचं मोहोळ डसलं ज्याच्या मेंदूला

मरणाच्या काठावर
समुद्रपक्ष्यांच्या दिशेनं
अन्न भिरकावल्यावर
सगळ्या दिशांनी माझ्या शरीरावर
पंखांच्या सावल्या सरपटल्या
सावल्या रक्तात मिसळून गेल्या
रक्ताची वाफ झाली
वाफेचा अश्रू झाला
आणि आता तू म्हणतो आहेस
तुझ्या डोळ्यात तरळतं आहे
करुणेचं पाणी
मित्रा
मरणाच्या सावलीकडे टक लावून बघ
तो एक मरून गेलेला पक्षी आहे
त्याच्या चोचीतली वाळलेली काडी
तुझ्या अंगणातल्या झाडावरच्या घरट्यासाठी
खारीचा वाटा उचलू पाहते
तू कशासाठी भयभीत होतोस
एक तो आहे
मेल्यावरही घर उभं करण्याची
रीत सांगणारा
एक तू आहेस
वेदनांनी तडफडत्या शरीरातून
आणि दुखऱ्या मनाच्या गर्भातून

कवितेच्या जन्माची आस नाही
म्हणणारा
भ्रमांचं मोहोळ डसलं ज्याच्या मेंदूला
विस्मृतीची हजार अंधारी वारुळं होती डोक्यात
वटवाघळांचे चित्कार होते
रात्रींच्या शापातून उमटणारे
आणि तडकलेल्या तळहातांवर
जखमी स्वप्नं होती धडधडणारी
तरीही मुंबईच्या माझ्या
काळीज कुरतडच्या कवीच्या बिछान्याखाली
शंभर कविता निजल्या होत्या
तो काल मरून गेला
त्याची कवितेचं घर उभं करण्याची
रीत पाहा
मित्रा
मरणाच्या सावलीकडे टक लावून बघ
तिथूनच शब्द तुझ्याकडे उडून येतील
तेवढीच तर असते
माणसाची गोष्ट आणि
एखाद्याच्याच पायात रुतलेला असतो
जीवघेणा सर्जनाचा काटा

अभागी बापाचा चेहरा

या जगातल्या
कोणत्या बापाकडे असेल
असं जादूचं मेण
जे जोडून देईल
स्वत: चालत जाऊन
चौथ्या मजल्यावरून
जमिनीकडे झेपावलेल्या
सुंदर बाहुलीचे तुकडे

एक शिंपी सांगा
जो शिवून देईल
ही चिंध्या झालेली बाहुली

तिचा तुटलेला हात
जोडून द्यायला सांगा
काळ्या निळ्या तळव्यावर
ओठ टेकवू द्या एकदा

आग लागू द्या
घामाच्या पैशाला
ज्याचा धसका घेऊन
अंगणातलं एकुलतं फुलपाखरू
कायमचं उडून गेलं

कापसाच्या बोळ्यानं
तिच्या डोळ्यातलं रक्त आणि पाणी पुसा
तिला शेवटचा पाहू द्या
अभागी बापाचा चेहरा...

लेक देणार नाही हुलकावणी

ठोकरले नेहमी
या जगाचे टिनपाट नियम
जुमानले नाहीत
भाषेचा व्यापार करणाऱ्या कळपांना
आपल्याच माणसांनी
आपल्यावर घातलेली बंदी धुडकावली
अंधारलेल्या रस्त्यांवर
दुखऱ्या आकृत्या कलंडलेल्या पाहिल्या
तेव्हा विजेरीचा झोत सोडून
शोधत राहिलो हरवलेल्या कवितांचे
चेहरे
भरून आलेले डोळे नेहमी लपवले
एकमेकांपासून
आणि धीर दिला स्वप्नासारखा
सगळं जग देईल
पण लेक देणार नाही हुलकावणी
उभ्या जन्मात
लपाछपीचा खेळ संपून जाईल
झाडामागून आवाज येईल
पैंजणाचा
ती वाऱ्याची हुलकावणी असेल कदाचित
निराश होऊन परत फिरशील कातरवेळी
तेव्हा दारामागेच शोधून बघ
अंधारात लपलेली
लेक असू शकते किंवा असू शकते कविता

नि:शब्द होऊन

मी सांगितलंय कितीकदा चितारलंय
पाण्यावर उमटलेल्या पक्ष्यांसारख्या
मेंदूत उमटलेल्या फडफडत्या शब्दांमधून
माझ्या दूर राहिलेल्या घराचं दु:ख
दाखवलेत कितीक रंगांचे कवडसे
भावनेत होरपळलेल्या हातांचे छापे पाहिलेत
समानधर्मी जिवलगांनी

हळूहळू मी नि:शब्द होत गेलोय
आता मला काही सांगायचं नाहीय
काही न बोलता जो सारंगीतून दु:ख सांडतोय
ते मला ओंजळीत घ्यायचंय

वडिलांच्या मृत्यूनंतर जो रडला नाही
त्याच्या डोळ्यांवर तळहाताची सावली धरायचीय
कोपऱ्यात खितपत पडलेल्या म्हाताऱ्याचं
जुन्या दिवसांचं बोचकं आपुलकीनं बघायचंय
फेरीवाल्याच्या भोवती घिरट्या घालणाऱ्या अनोळखी मुलाला
एक रंगीत फुगा घेऊन द्यायचाय
आणि मी नि:शब्द झालो म्हणून दूर गेलेल्या सर्वांची
मला क्षमा मागायचीय

कबरीवर पाखरांचा थवा

भोवताली इतकी झाडं असतात
तरीही पाखरं कबरीवर बसतात
मग पुन्हा जावे लागते
दफन भूमीत
पहिल्यांदा ज्याला भेटतो
त्याच्यासाठी तर असतेच ही भरली मूठ
ज्याला कधीच भेटलो नाही
त्याच्यासाठी थोडे दाणे ठेवावे लागतात

एखादा घास ठेवला जातो
पण उचलला जात नाही
तेव्हा भुकेल्या चोचींची
करावी लागते मनधरणी

एक उलटी कहाणी असते
की एक लहान मुलगा
आईला भरवू पाहतो घास

आगीत आणि मातीत झोपलेल्या माणसांची
साक्ष काढत नाही तिन्हीसांजेला
पाखरांना उद्या येईन म्हणतो

उष्टावलेल्या हातांनीच
लिहावी लागते कविता आजन्म
आतल्या आत रक्तस्राव झालेल्या
जखमी कवीला

कवितेतल्या दगडावर डोकं ठेवलं

कवितेतल्या दगडावर डोकं ठेवलं
जखम जाणवेल म्हणून
डोक्याखाली हात ठेवले
भारावलेल्या हातांनी लिहिलं
तर दगडामागून कवितेला फांद्या फुटल्या

विझलेल्या पणतीला
मुंग्या लागतील म्हणून
तमाच्या तळाशी तेल ओतलं
नजरा रोखतील
म्हणून डोळ्यात धूळ फेकली
चकव्याचा जीवघेणा खेळ खेळता येतो
हे दाखवायला
काळीजकविता बंद करणारी
मास्टर चावी चोरली

वस्तूंचा ध्यास घेतलेली
माणसं नकोत
म्हणून बाजारात मिरवणाऱ्यांना गचांडी दिली
जंगलझाडीतल्या भटकंतीत
गरीब माणसं भेटली
तर सुखदु:खाचा शब्द दिलाघेतला
आणि दिवस कलताना
निरोपाचे हात हलवले

शब्दाचा दंश घेता येईल
म्हणून पाचोळ्यात पावलाचा आवाज होऊ दिला नाही
भणंगाची सोबत होईल
म्हणून अनोळखी पायवाटा तुडवल्या

अंधाराची वेळ गाठून
हरकाऱ्या येईल म्हणून
झाडाचा अदमास घेतला
तर जमिनीला टेकलेली पारंबी
निराश उभ्या मित्रासारखी भासली

त्याच्या बिडीवर बसलेला
काजवा पकडता येईल
म्हणून झडप घातली
आणि मरणाचा चटका हातावर दिसेल
म्हणून हात खिशात घातले
आणि कवितेच्या रस्त्यावरून
चालत राहिलो

अरुण कोलटकरचं कासव

ज्ञानेश्वरानं भाषेचा दिवा ठेवला
आणि स्वत:साठी
भुयारातला चिरंतन अंधार

याच भाषेतून तुकारामाचं विमान उडालं
तर या नदीच्या पात्रात
स्वत:च्या शिदोरीतली
भाकरी सोडून दिली
डोंगरावरून जाताना
मुठीतले सगळे दाणे ओतले झाडांवर

आठशे वर्षं दिवा विझला नाही
चारशे वर्षं भाकरी संपली नाही

भूक लागल्यावर
रानातल्या राबत्या माणसानं
बुक्कीनं कांदा फोडल्यावर
उडालेला कोंब
सावत्याच्या प्रेमळ आत्म्यासारखा
समोरच्या निर्मळ झऱ्यात
अलगद वाहत राहिला

माझ्या भाषेतील भिरभिरते मासे कुठायत्?
रावे पारवे अन् चिमण्या कुठायत्?
अंधारलेल्या झाडांमधली किलबिल कुठाय?

ही नदी
दिवा ठेवलेला नदीचा काठ
सांभाळून ठेवता आला नाही पापण्यात
माझे अभागी डोळे कुठायत्?

एक दाणा धड टिपता आला नाही
माझी दरिद्री तुटकी चोच कुठाय?

हा अपराध मागे टाकीन
तुटलेला पंख घेऊन
मी या भाषेत फडफडत राहीन

मी कोलटकरच्या भिजक्या वहीवरचं
कासव कवेत घेईन

मला शेवटचा अश्रू सांभाळायचाय्

* 9 7 8 8 1 7 1 8 5 5 0 3 2 *
FCW - #0111 - 061026 - C0 - 216/140/9 - PB - 9788171855032 - Matt Lamination